ಈ
'ಅಂಗಿ'ಯೊಳಗೊಂದು
ಚಿಟ್ಟೆಯಿದೆ

'ನಾಗಮಂಡಲ'ದ ಹಾಡುಗಳನ್ನು ಎದೆಯ ಗೂಡಿಗೆ ಸುರಿದ ಗೋಪಾಲ ವಾಜಪೇಯಿ ಅವರ ಪುಸ್ತಕ ಬಿಡುಗಡೆ ಕಾರ್ಯಕ್ರಮದಲ್ಲಿ ಕೈಕುಲುಕಿದ ಕವಿ ವಿ.ಎ. ಲಕ್ಷ್ಮಣ್. ಆ ನಂತರದಲ್ಲಿ ಗೊತ್ತಾದ ಸಂಗತಿ ಅವರು 'ಡಾಕ್ಟರ್' ವಿ.ಎ. ಲಕ್ಷ್ಮಣ್ ಎನ್ನುವುದು. ಆನಂತರ ಮತ್ತೆ ನಾವು ಕೈಕುಲುಕಿದ್ದು ಪಿ ಸಾಯಿನಾಥರ ಉಪನ್ಯಾಸ ಸಂದರ್ಭದಲ್ಲಿ. ಹೀಗೆ ನಾವು ಮತ್ತೆ ಮತ್ತೆ ಕೈಕುಲುಕುತ್ತಲೇ ಹೋದೆವು. ಅದರಿಂದ ನನಗೆ ಅರಿವಾಗಿದ್ದು ನನ್ನ ಹಾಗೂ ಅವರ ಆಸಕ್ತಿಯ ಕ್ಷೇತ್ರಗಳು ಒಂದೇ ಎನ್ನುವುದು. ಇದು ಗೊತ್ತಾಗುವ ವೇಳೆಗೆ ಕಾವ್ಯ ನಮ್ಮಿಬ್ಬರ ನಡುವಿನ ಸ್ನೇಹಕ್ಕೆ ಸೇತುವೆಯಾಗಿತ್ತು.

ವೈದ್ಯ ಲೋಕದ ವಿ.ಎ. ಲಕ್ಷ್ಮಣ್ ಅವರ ಕೈನಲ್ಲಿ ಶಸ್ತ್ರಚಿಕಿತ್ಸೆಯ ಚಾಕು ಇರುತ್ತದೆ ಎಂದುಕೊಂಡಿದ್ದೆ. ಆದರೆ ಅವರ ಕೈನಲ್ಲಿದ್ದದ್ದು ಕವಿತೆ ಎಂಬ ಚಿಟ್ಟೆ. ಅವರು ಕೆಂಡದ ಮೇಲೆ ನಡೆದವರು. ಹಾಗಾಗಿ ಅವರಿಗೆ ಕವಿತೆ ಎನ್ನುವುದು ಶಬ್ದದಾಟವಲ್ಲ. 'ಜನರ ನೋವಿಗೆ ಮಿಡಿವ ಪ್ರಾಣಮಿತ್ರ'. ಹಾಗಾಗಿಯೇ ಇವರ ಕವಿತೆಗಳು ಸಹಾ ಶಸ್ತ್ರಚಿಕಿತ್ಸೆಯನ್ನೇ ಮಾಡುತ್ತಿದ್ದವು– ಸಮಾಜದ ಶಸ್ತ್ರಕ್ರಿಯೆ.

ವಿ.ಎ. ಲಕ್ಷ್ಮಣ್ ಅವರು ಹೆಸರಿನಲ್ಲಿ ಲಕ್ಷ್ಮಣನನ್ನು ಹೊತ್ತರೂ ಅವರ ಕವಿತೆ ಬಣ್ಣಿಸುವ ಹಾಗೆ ಇವರೂ ಗೋಕುಲವನ್ನು ತೊರೆದ ಕೃಷ್ಣನೇ. ಪುತಿನ ಅವರ 'ಗೋಕುಲ ನಿರ್ಗಮನ'ದ ಗುಂಗಿನಲ್ಲೇ ಇದ್ದ ನಾನು ಲಕ್ಷ್ಮಣ್ ಬರೆದ 'ಗೋಕುಲ ನಿರ್ಗಮನ' ಕವಿತೆ ಓದಿ ಅವಾಕ್ಕಾದೆ. ಇದು ಹುಟ್ಟಿದೂರಿಗೆ ಬೆನ್ನು ತಿರುಗಿಸಿ ನಡೆದ ಎಲ್ಲ ಕೃಷ್ಣರ ಕಥೆ. ಮಹಾನಗರಕ್ಕೆ ದೂಡಲ್ಪಟ್ಟವರೂ, 'ಅವಿತುಕೊಂಡು ಅತ್ತು ಬಿಡಲೇ?'

ಎಂದುಕೊಳ್ಳುವವರ, 'ಈಗೀಗ ಜಯಶ್ರೀ ಟೂರಿಂಗ್ ಟಾಕೀಸಿನ ಕೊನೆಯ ಆಟ ಕೊನೆಯ ಪ್ರದರ್ಶನ ಕೂಡಾ ಕನಸಿಗೆ ಬರುತ್ತಿಲ್ಲ' ಎಂದು ಅಲವತ್ತುಕೊಳ್ಳುತ್ತಿರುವ ಕೃಷ್ಣರ ಕಥೆ.

ಅಲ್ಲಿಂದ ಲಕ್ಷ್ಮಣ್ 'ಅವಧಿ'ಯ ಅಂಗಳಕ್ಕೆ ನಡೆದು ಬಂದರು. ಮತ್ತೆ ಮತ್ತೆ ಕವಿತೆಯೊಂದಿಗೆ ಕಾಣಿಸಿಕೊಂಡರು. ಲಕ್ಷ್ಮಣ್ ಹಾಗೂ ನಾನೂ ಎದುರಾಬದುರಾ ಕೂತು ದೇಖಿರೇಖಿ ಮಾತನಾಡುವ ಅವಕಾಶ ಮೇಲಿಂದ ಮೇಲೆ ಬಂತು.

ಲಕ್ಷ್ಮಣ್ 'ಅಪ್ಪನ ಅಂಗಿ'ಯ ಹಿಂದಿನ ಕಥೆ ಹೇಳುತ್ತ ಹೋದಂತೆಲ್ಲಾ ನಾನು ಬೆಚ್ಚಿ ಕುಳಿತಿದ್ದೆ. ಸು ರಂ ಎಕ್ಕುಂಡಿಯವರು ಹೇಳುತ್ತಿದ್ದರು 'ಕೆಂಡದ ಮೇಲೆ ನಡೆದವರಿಗೆ ಮಾತ್ರ ಕೆಂಡದ ಬಿಸಿಯನ್ನು ಬಣ್ಣಿಸಲು ಸಾಧ್ಯ'. ಲಕ್ಷ್ಮಣ್ ಆ ಬಿಸಿ ಕೆಂಡದ ಮೇಲೇಯೇ ನಡೆಯುತ್ತ ಅಥಣಿಯ ಮೋಳೆಯಿಂದ ಬೆಂಗಳೂರೆಂಬ ನಗರಿಯವರೆಗೆ ನಡೆದುಬಿಟ್ಟಿದ್ದಾರೆ. ಆ ದೀರ್ಘ ಪ್ರಯಾಣದ ಬಗ್ಗೆ ಅವರಿಗೆ ಹೇಳುವುದು ಬಹಳ ಇತ್ತು. ಅದನ್ನೆಲ್ಲಾ ಅವರು ಮಾತಾಡಿಯೇ ಮುಗಿಸಬಹುದಿತ್ತೇನೋ. ಆದರೆ ಅವರು ಕವಿತೆಯನ್ನು ನಂಬಿದರು. ಹಾಗಾಗಿಯೇ ಇವರ 'ಎಲೆಕ್ಟ್ರಿಕ್ ಬೇಲಿ ಮತ್ತು ಪಾರಿವಾಳ' ಹೊರಬಂತು.

ಇವರ ನಡಿಗೆ ಕಡಿಮೆ ದೂರದ್ದಲ್ಲವಲ್ಲ. ಹಾಗಾಗಿ ಈಗ ಎರಡನೆಯ ಸಂಕಲನ ಸಜ್ಜಾಗಿದೆ. 'ಅಪ್ಪನ ಅಂಗಿ' ಕವಿತೆಯೊಳಗೆ ಲಕ್ಷ್ಮಣ್ ಸೂತ್ರಧಾರಿ ಅಷ್ಟೇ. ಆ ಸೂತ್ರಧಾರಿಯ ಮೂಲಕ ಅದೆಷ್ಟು ಜನ ತಮ್ಮ ಹೆಜ್ಜೆ ಗುರುತುಗಳನ್ನು ನೆನಪಿಸಿಕೊಳ್ಳುತ್ತಿದ್ದಾರೋ..

ಕವಿತೆ ಎನ್ನುವ ಚಿಟ್ಟೆ ಒಂದು ಬಂಡೆಯ ಮೇಲೆ ಕ್ಷಣ ಕಾಲ ಕೂತು ಹಾರಿಹೋಗುತ್ತದೆ. ಕವಿ ಹೇಳುತ್ತಾನೆ.

ಅರೆ ಚಿಟ್ಟೆಯ ಸ್ಪರ್ಶಕ್ಕೆ ಬಂಡೆಯೂ ಹೂವಾಯಿತಲ್ಲ!.
ಲಕ್ಷ್ಮಣ್ ಕವಿತೆಯ ಸ್ಪರ್ಶಕ್ಕೆ ಸಿಕ್ಕಿದ್ದಾರೆ.
ಅವರೊಳಗೊಂದು ಹೂ ಅರಳಿದೆ..

ಜಿ ಎನ್ ಮೋಹನ್

ವಿಭಾ ಸಾಹಿತ್ಯ ಪ್ರಶಸ್ತಿ ಪುರಸ್ಕೃತ ಕೃತಿ

ಅಪ್ಪನ ಅಂಗಿ

ಡಾ ಲಕ್ಷ್ಮಣ್ ವಿ ಎ

ಬಹುರೂಪಿ

ಎಂಬೆಸಿ ಸೆಂಟರ್, 111, ಮೊದಲನೇ ಮಹಡಿ, ಕ್ರೆಸೆಂಟ್ ರಸ್ತೆ,
ಕುಮಾರಪಾರ್ಕ್ ಈಸ್ಟ್, ಬೆಂಗಳೂರು 560 001.

ದೂರವಾಣಿ: 70191 82729 editor.bahuroopi@gmail.com
Online Book Store: bahuroopi.in
facebook: bahuroopi.official/

27

APPANA ANGI
A collection of poems By **Dr Lakshman V A**
Published by **Bahuroopi**

Written By
Dr Lakshman V A
98452 95915
lakshman.va@gmail.com

Published By **Bahuroopi**
Embassy Centre, 111, First Floor, Crescent Road,
Kumarapark East, Bangalore 560 001.
editor.bahuroopi@gmail.com | Mobile: 70191 82729
online book store: **bahuroopi.in**

First Edition: December 2019
ISBN : 978-81-942917-2-5 | Pages: 80 | Price: Rs.100

Cover Design: **Gousi Arts** | Design: **Sagads99**

ಅಪ್ಪನಿಗೆ ಈ ಕವಿತೆಯ ‘ಅಂಗಿ’

ಅಪ್ಪನ ಅಂಗಿಗೆ ಕೋಟು ಹೊಲಿಸುವ ಸಂಭ್ರಮ

1996 ಜೂನ್ ತಿಂಗಳಿನ ಒಂದು ದಿನ. ನಾನಾವಾಗ ಧಾರವಾಡದಲ್ಲಿದ್ದೆ. ಅಗ್ರಿ ಕಾಲೇಜಿನ ಪ್ರವೇಶ ಪಡೆಯಲು ಬೆಂಗಳೂರಿಗೆ ಮೊಟ್ಟ ಮೊದಲಬಾರಿಗೆ ಒಬ್ಬನೇ ಹೊರಟಿದ್ದೆ. ಧಾರವಾಡ ಸೀಮೆ ಎಂದಿಗೂ ದಾಟದ ನನಗೆ ಬೆಂಗಳೂರೆಂದರೆ ಭಯ ಮತ್ತು ಬೆರಗು. ಅವ್ವ ಕಟ್ಟಿಕೊಟ್ಟ ಬುತ್ತಿ ಬೆನ್ನಿಗೆ ಇತ್ತು ಬೆಚ್ಚಗೆ. ಜೂನ್ ತಿಂಗಳಿನ ಜಡಿಮಳೆಯ ಚಳಿಗೆ ನಾನು ನಡುಗುವಾಗ ಬೆನ್ನ ಮೇಲಿನ ಬ್ಯಾಗಿನೊಳಗಿನ ಬುತ್ತಿ ಏನೋ ಏನೋ ಸಮಾಧಾನ ನೀಡುತ್ತಿತ್ತು ದೇವರು ಅಭಯ ನೀಡುವಂತೆ. ಅಪ್ಪ ಕೊಟ್ಟ ಸಾವಿರ ರೂಪಾಯಿಗಳಲ್ಲಿ ಅದಾಗಲೇ ಜಬ್ಬಾರ್ ಟ್ರಾವೆಲ್ಸ್‌ನ ಬಸ್ಸಿನ ತಿಕೀಟಿಗೆ ಮುನ್ನೂರು ರೂಪಾಯಿ ಪಾವತಿ ಮಾಡಿಯಾಗಿತ್ತು. ಹೊಟ್ಟೆ ಹಸಿದಿತ್ತು ಹೋಟೇಲಿನೊಳಗೆ ಹೋದರೆ ಊರ ಬುತ್ತಿ ಬಿಚ್ಚಿ ತಿನ್ನುವ ಹಾಗಿಲ್ಲ.

ಏನು ಮಾಡುವುದು? ಪಕ್ಕದ ಅಪ್ಸರಾ ಟಾಕೀಸಿನಲ್ಲಿ ಅಮೀರ್ ಖಾನನ 'ರಾಜಾ ಹಿಂದುಸ್ತಾನಿ' ಚಲನಚಿತ್ರ ಪ್ರದರ್ಶನವಾಗುತ್ತಿತ್ತು. ಹೇಗೂ ಬಸ್ಸು ಹೊರಡುವುದು ಒಂಬತ್ತೂವರೆಗೆ ಅಲ್ಲಿಯವರೆಗೆ ಟಾಕೀಜಿನಲ್ಲಿ ಫಿಲ್ಮ್ ನೋಡುತ್ತ ಚಿತ್ರಮಂದಿರದ ಆಪ್ತ ಕತ್ತಲೆಯಲ್ಲಿ ರೊಟ್ಟಿ ಬಿಚ್ಚಿ ತಿನ್ನಬಹುದೆಂಬ ಯೋಚನೆಯಲ್ಲಿ ಇಪ್ಪತ್ತು ರೂಪಾಯಿಯ ಸಾದಾ ಕುರ್ಚಿಯ ತಿಕೀಟು ತಗೊಂಡು ಸಿನೇಮಾ ನೋಡಿದೆ ಊಟವನ್ನೂ ಮಾಡಿದೆ. ನಾಳೆ ಬರೆಯುವ ಪ್ರವೇಶ ಪರೀಕ್ಷೆಯ ತಯಾರಿಯ ಬದಲಾಗಿ ಅಮೀರ್ ಖಾನ 'ಪರದೇಶಿ, ಪರದೇಶೀ ಜಾನಾ ನಂಹೀ ಮುಝೇ ಛೋಡಕೆ, ಮುಝೇ

ಘೋಡಕೆ' ಎಂದು ಹಾಡು ಗುಣಗುಣಿಸುತ್ತ ಬೆಂಗಳೂರಿನ ದಾರಿಯ ಬಸ್ಸು ಹತ್ತಿದ್ದೆ. ಈ ಹಾಡು ಅಷ್ಟು ದಿನ ಬಾಳಿ ಬದುಕಿದ ಧಾರವಾಡ ಬೆಂಗಳೂರೆಂಬ ಮಹಾನಗರದ ಮೋಹಕೆ ಬೀಳದಿರು ಮಗೂವೇ ಎಂದು ಯಾರೋ ನನ್ನ ಅಣಕಿಸಿ ಹಾಡಿದಂತಿತ್ತು... ಅಂದಹಾಗೆ ಈ ಹಾಡಿನಲ್ಲಿ ಅಮೀರಖಾನ್ ಹಾಕಿದ ಬಿಳಿಯ ದೊಗಳೆ ಶರಟು ತುಂಬ ಇಷ್ಟವಾಯಿತು.

ಬೆಳಕು ಹರಿಯುವಷ್ಟರಲ್ಲಿ ಬೆಂಗಳೂರು ತಲುಪಿದೆ. ಅವರಿವರ ವಿಚಾರಿಸಿ ಅಗ್ರಿ ಕಾಲೇಜಿನ ಬಸ್ಸು ಹತ್ತಿ ಪ್ರವೇಶ ಪರೀಕ್ಷೆಯನ್ನೂ ಬರೆದೆ. ಇನ್ನೇನು ಸಂಜೆಯಾಯಿತು ವಾಪಸು ಧಾರವಾಡಕ್ಕೆ ಬಸ್ಸಿರುವುದು ರಾತ್ರಿ ಒಂಬತ್ತೂವರೆಗೆ ಅಲ್ಲಿಯವರೆಗೂ ಏನು ಮಾಡುವುದು? ಸಿನೇಮಾ ನೋಡಲು ಮನಸಿರಲಿಲ್ಲ. ಏಕೆಂದರೆ ಕರೀಶ್ಮಾ ಕಪೂರಳ ಆ ಚೆಲುವು, ಕಾರಿನ ಹೆಡ್ ಲೈಟಿನಂತಹ ಅವಳ ಎರಡು ಕಣ್ಣುಗಳು, ಅಂತಹ ಸಿರಿವಂತರ ಮಗಳು ಯಕಶ್ಚಿತ್ ಅಮೀರ್ ಖಾನ್‌ನಂತಹ ಒಬ್ಬ ಡ್ರೈವರ್‌ನ ಪ್ರೀತಿಸುವುದೆಂದರೇನು? ಹೌದು ಪ್ರೀತಿ! ಪ್ರೀತಿಯೆಂದರೆ ಹಾಗೇ ಇರಬೇಕು. ಬೇರೆ ಯಾವ ಸಿನೆಮಾ ಸಹ ಈ ಸಿನೆಮಾ ಕೊಟ್ಟ ಅನುಭೂತಿ ಕಸಿಯಬಾರದೆಂದೇ ನನಗೆ ಸಿನೇಮಾ ನೋಡಲು ಮನಸು ಬರಲಿಲ್ಲ. ಮತ್ತು ಅಮೀರಖಾನ್ ಹಾಕಿದ ದೊಗಳೆ ಬಿಳೀ ಅಂಗಿ ಎಷ್ಟು ಚೆನ್ನಾಗಿತ್ತು? ಹಾಂ ಅಗೋ! ಅಲ್ಲಿ ನೋಡಿದರೆ ಮೆಜೆಸ್ಟಿಕ್‌ನ ಫುಟ್‌ಪಾತಿನ ಎರಡೂ ಬದಿ ಥೇಟ್ ಅಮೀರಖಾನ್ ಹಾಕಿದ ಅಂಗಿಯನ್ನೇ ಮಾರಲು ಹಾಕಿದ್ದಾರೆ!! ಒಂದು ಅಂಗಿ ಕೊಳ್ಳಲೇ?

ದುಡ್ಡು !?

ಆಗಲೇ ಊಟ ಬಸ್ ಚಾರ್ಜು ಅಂತ ಎಲ್ಲ ಖರ್ಚಾಗಿ ಉಳಿದಿರುವುದೇ ನೂರು ರೂಪಾಯಿ ಅರ್ಧ ದಾರಿಯಲ್ಲಿ ಹಸಿವಾದರೆ ಏನು ತಿನ್ನುವುದು? ಇರಲಿ ಒಂದು ರಾತ್ರಿ ಉಪವಾಸ ಕಳೆದರೆ ಯಾರೂ ಸತ್ತು ಹೋಗುವುದಿಲ್ಲ ಅಂತ ಎಷ್ಟು ಸಲ ಸಾಬೀತಾಗಿಲ್ಲ?

ಧೈರ್ಯ ಮಾಡಿ ಸರ್ ಆ ಅಂಗಿಯ ಬೆಲೆ ಎಷ್ಟೆಂದು ಫುಟ್‌ಪಾತಿನ ಮೇಲೆ ಅವನ್ನು ಮಾರಲು ಇಟ್ಟಿದ್ದ ಆ ವ್ಯಕ್ತಿಯ ಹತ್ತಿರ ಕೇಳಿದೆ, ಅವನು ನೂರ ಐವತ್ತು ಅಂದ. ನಾನು ಮರು ಮಾತನಾಡದೇ ಮುಂದೆ ಹೊರಟಿದ್ದೆ, 'ರೀ ಬನ್ರೀ ಇಲ್ಲಿ ಎಷ್ಟು ಕೊಡ್ತೀರ ಹೇಳ್ರೀ' ಎಂದು ಜೋರು ಮಾಡಿದ. ನನಗೆ ಆವಾಗ ಬಾರ್ಗೇನ್ ಹೇಗೆ ಮಾಡುವುದೆಂದೇ ಗೊತ್ತಿರಲಿಲ್ಲ. ನನ್ನ ಬಳಿ ಇರುವುದೇ ನೂರು ರೂಪಾಯಿ ಹಾಗಂತ ಹೇಳಲೂ ಧೈರ್ಯ ಸಾಲಲಿಲ್ಲ. ಅವನು ಆ ಬಟ್ಟೆ ಮಾರುವವನು ಒಳ್ಳೆ ರೌಡಿ ತರಹ ಇಷ್ಟಗಲ ಕಣ್ಣು ಕಿಸಿದು 'ಹೋಗ್ಲೀ ಎಷ್ಟು ಕೊಡ್ತೀರಿ ಹೇಳಿ' ಲಾಸ್ಟ್ ಫೈನಲ್ ಅಂತ ಒತ್ತಾಯ ಮಾಡುತ್ತ ಕೊನೆಗೆ 'ನೂರಿಪ್ಪತ್ತು ಕೊಡಿ ಹೋಗಲಿ' ಅಂದ, ದೇವರಾಣೆಗೂ ನನ್ನ ಹತ್ತಿರ ಇರುವುದೇ ನೂರು ರೂಪಾಯಿ ಇನ್ನು ಇಪ್ಪತ್ತು ರೂಪಾಯಿ ಎಲ್ಲಿಂದ

ತರುವುದು? ಬೇಡ ಸರ್ 'ನನಗೆ ನೂರು ರೂಪಾಯಿಗೆ ಕೊಡುವ ಹಾಗಿದ್ದರೆ ಕೊಡಿ' ಅಂತ ಹೇಳಿ ಸದ್ಯ ಈ ಅವಮಾನದಿಂದ ಪಾರಾಗಲು ಅಲ್ಲಿಂದ ಕಾಲು ಕಿತ್ತೆ... ಅವನು ಗೊಣಗುತ್ತಲೇ ಇದ್ದ, 'ಯೋಗ್ಯತೆ ಇದ್ರೆ ವ್ಯಾಪಾರ ಮಾಡಬೇಕು. ಜೇಬಲ್ಲಿ ಮೂರು ಕಾಸು ಇಲ್ಲದಿದ್ದರೂ ವ್ಯಾಪಾರ ಮಾಡೋಕ್ ಬಂದ ದೊಡ್ಡ ಮನಸಾ... ಇಪ್ಪತ್ತು ರೂಪಾಯಿಗೆ ಹಿಂದೆ ಮುಂದೆ ನೋಡ್ತಾನೆ. ಯೋ ಮನೆ ಕಟ್ಟಲ್ಲಾ ನೀನು ಇಷ್ಟೆಲ್ಲ ಲೆಕ್ಕಾಚಾರ ಹಾಕಿದ್ರೆ ಬದುಕಿನಲ್ಲಿ' ಅಂತ ಏನೇನೋ ಗೊಣಗುತ್ತಲೇ ಇದ್ದ... ನನಗೆ ತುಂಬ ಮುಜುಗರ ನಾಚಿಕೆಯಾಗಿ ಮೆಜೆಸ್ಟಿಕ್‌ನ ಜನರ ಮಧ್ಯೆ ಕರಗಿ ಹೋಗಿ ಬಸ್ಸಿನ ದಾರಿ ಕಾಯುತ್ತ ನಿಂತೆ... ಅಮೀರ್ ಖಾನ್ ಹಾಕಿದಂತಹ ಆ ದೊಗಳೆ ಅಂಗಿ ಮತ್ತು ನೀನು ಬದುಕಿನಲ್ಲಿ ಮನೆ ಕಟ್ಟಲ್ಲ ಎಂಬ ಅವನ ಚುಚ್ಚು ಮಾತುಗಳು ಮುಂದೆ ಬಹಳ ದಿನಗಳವರೆಗೆ ತುಂಬ ಡಿಸ್ಟರ್ಬ್ ಮಾಡುತ್ತಲೇ ಇದ್ದವು..

***

ಮೊಂಡ ತೋಳಿನ ಅಂಗಿ, ಧೋತರು, ತಲೆಯ
ಮೇಲೊಂದು ಗಾಂಧೀ ಟೊಪ್ಪಿಗೆ – ಇದಿಷ್ಟು ಅಪ್ಪ.

ಯುಗಾದಿಯ ಹಿಂದೆ ಮುಂದೆ ಎರಡು ವರುಷಕ್ಕೊಮ್ಮೆಯೋ ಮೂರು ವರ್ಷಕ್ಕೊಮ್ಮೆಯೋ ಜವಳಿ ಅಂಗಡಿ ಮೆಟ್ಟಿಲು ಹತ್ತುತ್ತಿದ್ದ ಅಪ್ಪನ ಹಳೆಯ ಬಟ್ಟೆಗಳನ್ನು ಅವ್ವ ಮತ್ತೊಮ್ಮೆ ತೊಳೆದು ಜೋಪಾನವಾಗಿ ಲ್ಯಾವೀ ಗಂಟಿನಲಿ ಮಡಚಿ ಇಡುತ್ತಿದ್ದಳು. ಅಪ್ಪನ ಕಾಟನ್ ಧೋತರವನ್ನು ಕರವಸ್ತ್ರದ ಅಳತೆಗೆ ಹರಿದು ಅದರಲ್ಲಿ ಜೋಳದ ರೊಟ್ಟಿಯ ಬುತ್ತಿ ಕಟ್ಟಿ ಕೊಡುತ್ತಿದ್ದಳು, ಮಾಸಿದ ಅಂಗಿಗಳನ್ನು ಕೌದಿ ಹೊಲೆಯಲು ಬಳಸುತ್ತಿದ್ದಳು. ಇದ್ದುದರಲ್ಲೆ ತುಸು ಗಟ್ಟಿಮುಟ್ಟಾದ ಗಾಂಧೀ ಟೊಪ್ಪಿಗೆಯನ್ನು ಶಾಲೆಗೆ ಹೋಗುವ ನನ್ನ ಯುನಿಫಾರ್ಮಿನ ಹರಿದ ಚಡ್ಡಿಗಳಿಗೆ ತೇಪೆ ಹಚ್ಚುತ್ತಿದ್ದಳು. ಧೋತರದ ಚುಂಗಿನ ಎಳೆಯನ್ನೇ ಹೊಸೆದು ಸೀಮೆ ಎಣ್ಣೆಯ ಲಾಟೀನಿಗೆ ಬತ್ತಿ ಮಾಡುತ್ತಿದ್ದಳು ಆ ಬೆಳಕಿನಲ್ಲೇ ನಾನು ಕಾಗುಣಿತ ಬರೆಯಲು ಕಲಿತದ್ದು. ಆ ಲ್ಯಾಟೀನಿನ ಬೆಳಕು ರಾತ್ರಿಯಿಡೀ ಅಪ್ಪನ ಕಣ್ಣುಗಳಂತೆ ಉರಿದು ಕತ್ತಲೆ ಕಾದಿವೆ.

ಕವಿತೆಯೆಂದರೆ ಮೆಜೆಸ್ಟಿಕ್‌ನ ಫುಟ್ಪಾತಿನ ಮೇಲಿನ ಬಿಳಿಯ ಅಂಗಿಯ ಮೇಲಿನ ಮೋಹದಿಂದ ಹಿಡಿದು ಈ ಇಲ್ಲಿಯ ಬೆಂಗಳೂರಿನ ಝುಗಮಗಿಸುವ ಮಾಲ್‌ನ ದುಬಾರಿ ಅಂಗಿ ಕೊಳ್ಳುವಷ್ಟು ಸಾಮರ್ಥ್ಯ ಪಡೆಯುವಷ್ಟು ಕಸುವು ಕೊಟ್ಟ ಬದುಕು. ನಾನು ಮಣ್ಣು ಹೊತ್ತ ಬೆನ್ನ ಮೇಲಿನ ಭಾರವಿದೆಯಲ್ಲ ಅದು ಬೆನ್ನ ನೋವಿನಂತೆ ಕಾಡುವ ಅವಮಾನಗಳಿದೆಯಲ್ಲ ಆ ಬದುಕು, ಹಸಿವು ಇಂಗಿಸಿತಲ್ಲ ಆ ಅಕ್ಷರ, ಉರಿವ ಲಾಟೀನಿನಂತೆ ನಮ್ಮ ಬಾಳಿನ ಕತ್ತಲೆ ಕಾಯಿತಲ್ಲ ಆ ಬೆಳಕು.. ಅಲ್ಲಿಂದ ಇಲ್ಲೀವರೆಗಿನ ಆ ಮಧ್ಯಂತರದ ಬದುಕೇ ಕವಿತೆ.

ನನ್ನ ನೆಚ್ಚಿನ ಕವಿ ತಿರುಮಲೇಶ್ ಅವರಿಗೆ ಪ್ರಕಾಶಕರು ಒಂದು ಸಲ ಅವರದೇ ಕವನ ಸಂಕಲನಕ್ಕೆ ಮುನ್ನುಡಿ ಬರೆದು ಕೊಡಲು ವಿನಂತಿಸಿಕೊಳ್ಳುತ್ತಾರೆ. ಕಾರಣವಿಷ್ಟೆ. ಸುಮಾರು ಐದುನೂರು ಪುಟಗಳ ಆ ಸಂಕಲನಕ್ಕೆ ಅವರು ಬರೆದಿದ್ದು ಕೇವಲ ನಾಲ್ಕು ಸಾಲಿನ ಮುನ್ನುಡಿ. ಆಗ ಕವಿ ತುಂಬ ಗೊಂದಲಕ್ಕೆ ತಳಮಳಕ್ಕೆ ಈಡಾಗುತ್ತಾರೆ. ಆಗ ಅವರು ಬರೆಯುತ್ತ 'ಕವಿತೆ ಬರೆಯುವುದೇ ಒಂದು ಲಜ್ಜೆಯ ಕೆಲಸ, ಇನ್ನು ಅದರ ಕುರಿತಾಗಿ ಬರೆಯುವುದು?

ಅಷ್ಟಕ್ಕೂ ಆದರ್ಶ ಕವಿತೆಯೊಂದಿದೆಯಾ?

ಒಬ್ಬ ಕವಿ ಒಂದೇ ಕವಿತೆಯನ್ನು ಹಲವು ರೀತಿಗಳಲ್ಲಿ ಬರೆಯುತ್ತಾನೆಯೇ ಅಥವಾ ಒಂದೊಂದು ಕವಿತೆಯೂ ಬೇರೆ ಬೇರೆ ಎನ್ನಬಹುದೆ? ಬರೆಯುತ್ತಾ ಕವಿ ಬೆಳೆಯುತ್ತಾನವೇ ಅಥವಾ ಕೇವಲ ಬದಲಾಗುತ್ತಾನೆಯೆ? ಇದ್ದ ಹಾಗೆ ಇರುತ್ತಾನೆ? ಒಬ್ಬೊಬ್ಬನ ಶೈಲಿ ಎಂದರೇನು? ಇಂಥ ಅಕೆಡೆಮಿಕ್ ವಿಷಯಗಳ ಕುರಿತು ಕವಿ ನಿಜಕ್ಕೂ ಯೋಚಿಸುತ್ತಾನೆ ಎನ್ನುವಂತಿಲ್ಲ ಯೋಚಿಸಬೇಕಾಗಿಯೂ ಇಲ್ಲ ಬಹುಶಃ ಯೋಚಿಸಿದರೆ ಅದಕ್ಕೆ ತೊಡಕೇ ಜಾಸ್ತಿ. ಕವಿತೆ ಸಹಜವಾಗಿ ಮೂಡಿ ಬರಬೇಕು ಎನ್ನುತ್ತಾನೆ ಕೀಟ್ಸ್. ಸಹಜವಾಗಿ ಅಂದರೆ? ಕಲೆಯಲ್ಲಿ ಸಹಜ ಎಂಬುದೊಂದಿದೆಯೆ?

ಸಾಹಿತ್ಯ ಲೇಖಕನಿಂದ ಓದುಗನಿಗೆ ದಾಟಿ ಸಾಕಷ್ಟು ಸಮಯವಾಯಿತು. ಓದುಗ ಯಾವುದನ್ನು ಇಷ್ಟಪಡುತ್ತಾನೆಯೋ ಅದೇ ಒಳ್ಳೆಯ ಕವಿತೆ. ಓದುಗ ಹೇಗೆ ಅರ್ಥೈಸುತ್ತಾನೆಯೋ ಅದೇ ಅದರ ಅರ್ಥ. – ಮುಂತಾದ ವಾದವಿದೆ, ಇದೂ ಅರ್ಧ ಸತ್ಯವೆ. ಯಾಕೆಂದರೆ ಹೀಗೆ ಅಂದುಕೊಳ್ಳುತ್ತಾ ನಾವು ಆದರ್ಶ ಕವಿತೆಯನ್ನು ಬಿಟ್ಟು ಆದರ್ಶ ವಾಚಕನ ಕಲ್ಪನೆ ಮಾಡುತ್ತೇವೆ. ಕವಿತೆ ಅರ್ಥವಾಗುವ ಮೊದಲೇ ಓದುಗನನ್ನು ತಲುಪಬೇಕೆನ್ನುತ್ತಾನೆ ಎಲಿಯೆಟ್. ಇದೂ ಒಂದು ಒಗಟೇ ಸರಿ ಆದರೆ ನಮಗೆ ಇಷ್ಟವಾಗುವ ಒಗಟು.

ಈಗ ಅಪ್ಪನ ಅಂಗಿಗೆ ಕೋಟು ಹೊಲಿಸುವ ಸಂಭ್ರಮ. ಅಪ್ಪನ ಅಂಗಿಯ ಮೇಲೆ ಕೋಟು ಒಂದಿಷ್ಟೂ ಮ್ಯಾಚ್ ಆಗುವುದಿಲ್ಲವೆನ್ನುವುದು ಗೊತ್ತಿದ್ದರೂ ನಾನು ನನ್ನ ಸಂಭ್ರಮಕ್ಕಾದರೂ ಹೊಲಿಸಲೇಬೇಕೆನಿಸಿತು, ಅಪ್ಪನನ್ನು ಜೀವಂತವಾಗಿಡುವುದೆಂದರೆ ಹೀಗೆ ಅಂತ ಎಲ್ಲೋ ಓದಿದ ನೆನಪು... ಮತ್ತೆ ನೆನಪು ಅಪ್ಪ.

ಡಾ ಲಕ್ಷ್ಮಣ್ ವಿ ಎ

ನೆನಕೆ

ಸಾಂಪ್ರದಾಯಿಕ ಓದಿನ ಪ್ರಕಾರದಿಂದ ಗ್ಯಾಜೆಟ್ ಓದಿಗೆ ಓದುಗ ಹೊರಳುತ್ತಿರುವ ಸಂಕ್ರಮಣದ ಘಟ್ಟದಲ್ಲಿಂದು ನಾವಿದ್ದೇವೆ. ಇಂತಹ ಪರಿಸ್ಥಿತಿಯಲ್ಲಿ ಪುಸ್ತಕ ಪ್ರಕಟಿಸಲೇಬೇಕಾ ಎಂಬ ಮೂಲಭೂತ ಪ್ರಶ್ನೆ ಸಾಕಷ್ಟು ಸಲ ಗೊಂದಲಕ್ಕೊಳಗಾಗಿಸಿದೆ. ಆದರೂ ಈ ಪುಸ್ತಕಗಳು ಕೊಡುವ ಆಪ್ತಗಂಧದ ಮೋಹವನ್ನು ಬಿಡದವರು ಸಾಕಷ್ಟು ಸಂಖ್ಯೆಯ ಓದುಗರಿರುವರೆಂಬ ಧೈರ್ಯದಿಂದಲೇ ಇಂತಹದ್ದೊಂದು ಸಾಹಸಕ್ಕೆ ಕೈ ಹಾಕಲು ಪ್ರೇರೇಪಿಸುತ್ತದೆ.

ಪುಸ್ತಕ ಪ್ರಕಟಣೆ ಈ ಕಾಲದಲ್ಲಿ ಸ್ವಲ್ಪ ರಿಸ್ಕೀಯಾದರೂ ಇದನ್ನು ರೂಪಿಸುವ ಒಂದು ಸಾಮೂಹಿಕ ಜವಾಬ್ದಾರಿಯ ಒಂದು ಹುರುಪಿದೆಯಲ್ಲ ಇದೊಂದು ತರಹ ಮದುವೆ ಮನೆಯಲ್ಲಿನ ಸಂಭ್ರಮದ ಅಷ್ಟೇ ಎಚ್ಚರಿಕೆಯ (ಏನಾದರೂ ಹೆಚ್ಚು ಕಡಿಮೆಯಾದರೆ ಬೀಗರ ಮುಂದೆ ಅವಮಾನ ಆಗಬಾರದಲ್ಲ, ಎನ್ನುವುದಕ್ಕಿಂತ ನೆಂಟರಿಗೆ ಅಪಚಾರವಾಗಬಾರದಲ್ಲ ಎನ್ನುವ ಎಚ್ಚರಿಕೆ ಕೂಡ) ಕೆಲಸ.

ಈ ಒಂದು ಸಾಮೂಹಿಕ ಕ್ರಿಯೆಯಲ್ಲಿ ಪ್ರಕಾಶಕ, ಕವಿ, ಹಿರಿಯರು ಬರೆದುಕೊಡುವ ಮುನ್ನುಡಿ, ಬೆನ್ನುಡಿ, ಡಿ.ಟಿ.ಪಿ.ಯವರು, ಪ್ರೂಫ್ ತಿದ್ದುವವರು, ಮುಖಪುಟ ವಿನ್ಯಾಸಕಾರರು, ರೇಖಾಚಿತ್ರ ಬಿಡಿಸುವವರು... ಇವರೆಲ್ಲ ಬೇರೆ ಬೇರೆಯಾದರೂ ಈ ಪುಸ್ತಕವೆಂಬ ಮಕಮಲ್ಲ ಬಟ್ಟೆಯ ನೇಯ್ಗೆಯಲ್ಲಿ ಇವರೆಲ್ಲಾ ಒಂದೇ ಸೂತ್ರದಲ್ಲಿ ಬಂಧಿಯಾಗಿ ತಮ್ಮ ತಮ್ಮ ಬಿಡಿ ಕೆಲಸ ಬಿಟ್ಟು ಇಡೀ ಕಾಯಕದ ನೆಪದಲ್ಲಿ ಒಂದಾಗುತ್ತಾರೆ. ಈ ನೆಪದಲ್ಲೊಂದಿಷ್ಟು ಮನಸುಗಳು ಒಂದಾಗುತ್ತವೆ. ಈ ನೆನಪುಗಳು

ನಮ್ಮ ಜೀವನಪೂರ್ತಿ ಖುಷಿಯಾಗಿರಲು ಕಾರಣವಾಗುತ್ತವೆ. ಹೀಗಾಗಿ ಪುಸ್ತಕದ ಲಾಭ, ನಷ್ಟ, ಮಾರುಕಟ್ಟೆ, ಅರ್ಥಗಳೆಲ್ಲ ಈ ಒಂದು ಗಳಿಗೆಯಲ್ಲಿ ಅನರ್ಥವಾಗುತ್ತವೆ.

'ಬಹುರೂಪಿ'ಯ ಜಿ ಎನ್ ಮೋಹನ್ ನನ್ನ ಮೊದಲ ತೊದಲ ಕವಿತೆಗಳನ್ನು 'ಅವಧಿ'(avadhimag.com)ಯಲ್ಲಿ ಪ್ರಕಟಿಸಿ ನನ್ನಂತಹ ಒಬ್ಬ ಸಾಮಾನ್ಯ ಕವಿಯನ್ನು ಇಲ್ಲಿಯತನಕ ಕೈ ಹಿಡಿದು ತಂದಿದ್ದಾರೆ. ಜೀವಪರ ಕೆಲಸಗಳಿಂದ ಜನಪ್ರೀತಿ ಗಳಿಸಿದ ಬಸೂ ಸೂಳಿಭಾವಿ ಸರ್, ವಿಭಾ ಪ್ರಶಸ್ತಿಗೆ ತೀರ್ಪುಗಾರರಾಗಿ ನನ್ನ ಕವಿತೆಗಳನ್ನು ಗುರುತಿಸಿದ ನಾಡಿನ ಖ್ಯಾತ ಕವಯತ್ರಿ ವಿಮರ್ಶಕಿ ಪ್ರತಿಭಾ ನಂದಕುಮಾರ್ ಹಾಗೂ ಸುಬ್ಬು ಹೊಲೆಯಾರ್ ಸಂಚಾಲಕರಾದ ನಾಗಸುಧೆ ಜಗುಲಿಯ ಸುನಂದಾ ಕಡಮೆ, ಕಾವ್ಯ ಕೇಳಿ, ಪಾರಿಜಾತ ಪರಿವಾರದ ಗುಂಪಿನ ಎಲ್ಲ ಹಿರಿಯ ಕಿರಿಯ ಬಂಧುಗಳು, ನನ್ನನ್ನು ಪ್ರೀತಿಯಿಂದ ತಮಾಷೆಯಿಂದ 'ಜ್ಯೂನಿಯರ್ ಲಕ್ಷ್ಮಣ' ಎಂದೇ ನಾಮಕರಣ ಮಾಡಿರುವ ಬಿ ಆರ್ ಲಕ್ಷ್ಮಣರಾವ್, ಪ್ರೋತ್ಸಾಹ ನೀಡುವ ಹಿರಿಯ ಕವಿ ಸುಬ್ರಾಯ ಚೊಕ್ಕಾಡಿ, ಗೋವಿಂದ ಹೆಗಡೆ, ವಾಸುದೇವ ನಾಡಿಗ್, ಆನಂದ ಋಗ್ವೇದಿ, ರೇಣುಕಾ ರಮಾನಂದ, ಭುವನಾ ಹಿರೇಮಠ, ಸಂತೋಷ ಅಂಗಡಿ, ಶೈಲಾ ನಾಗರಾಜ್, ರಂಗಮ್ಮ ಹೊದೇಕಲ್, ಫೈಜ್ನಟರಾಜ್, ಡಾ.ಅಜಿತ್ ಹೆಗಡೆ, ಮಾಲಿನಿ ಅಕ್ಕ..

ಹಿರಿಯರಾದ ಜೋಗಿ, ಜಯಂತ್ ಕಾಯ್ಕಿಣಿ, ಅಕಾಲದಲ್ಲಿ ಎದ್ದು ಹೋದ ಜಿ ಕೆ ರವೀಂದ್ರಕುಮಾರ, ಅನಿಲ್ ಕುಮಾರ್..

ಬರೆಯಲು ಹುರಿದುಂಬಿಸುವ ಎಫ್‌ಬಿ ಬಳಗ. ನಮ್ಮೂರಿನ ಡಾ.ಸಲೀಂ ನದಾಫ್, ಡಾ.ಶಿವಕುಮಾರ ಸಾರಂಗಮಠ ಕವಿತೆಗಳನ್ನು ಪ್ರಕಟಿಸಿದ ಪ್ರಜಾವಾಣಿ, ವಿಜಯ ಕರ್ನಾಟಕ, ವಿಜಯವಾಣಿ, ಮಯೂರ, ಕನ್ನಡಪ್ರಭ, ಅವಧಿ, ಕೆಂಡಸಂಪಿಗೆ ಶ್ರದ್ಧೆಯಿಂದ ಡಿಟಿಪಿ ಮಾಡಿಕೊಟ್ಟ ರಾಜೇಶ್ವರಿ ಲಕ್ಕಣ್ಣವರ ಎಂಬ ಮುದ್ದಿನ ತಂಗಿ, ತಾಂತ್ರಿಕ ಬಿಕ್ಕಟ್ಟು ಎದುರಾದಾಗಲೆಲ್ಲ ಆಪ್ತ ಬಂಧುವಿನಂತೆ ಸಹಾಯಹಸ್ತ ಚಾಚುವ ವಿದ್ಯಾರಶ್ಮಿ ಪೆಲತ್ತಡ್ಕ.

ಮಡದಿ ಗೀತಾ, ಮಗ ತನಯ, ಎಲ್ಲ ಎಲ್ಲರನ್ನೂ ನೆನೆಯುವೆ ಇಲ್ಲಿ...

ಡಾ ಲಕ್ಷ್ಮಣ್ ವಿ ಎ

ಇಲ್ಲಿ ಎಲೆಕಳಚುವ ಸದ್ದಿದೆ

ನಮ್ಮ ವಿಭಾ ಸಾಹಿತ್ಯ ಸ್ಪರ್ಧೆಗೆ ಇದು ಹತ್ತನೇ ವರ್ಷದ ಹೆಮ್ಮೆ. ಪ್ರತೀ ವರ್ಷವೂ ಸಹೃದಯರಿಗೆ ಒಂದೊಳ್ಳೆಯ ಓದನ್ನು ನೀಡುತ್ತ ಬಂದ ಸಮಾಧಾನ ನಮ್ಮ ಸ್ಪರ್ಧೆಯದು. ಈಗಾಗಲೇ ಕನ್ನಡದ ಪ್ರಮುಖ ಧಾರೆಯಲ್ಲಿರುವ ಕವಿಗಳಾದ ಡಿ.ಎಸ್ ರಾಮಸ್ವಾಮಿ, ಚನ್ನಪ್ಪ ಅಂಗಡಿ, ಲಕ್ಕೂರು ಸಿ ಅನಂದ, ಕೆ. ಪಿ ಮೃತ್ಯುಂಜಯ, ರೂಪಶ್ರೀ ಕಲ್ಲಿಗನೂರು, ಪ್ರಜ್ಞಾ ಮತ್ತಿಹಳ್ಳಿ, ಮಹಾಂತೇಶ ಪಾಟೀಲ, ಎಚ್. ಲಕ್ಷ್ಮೀನಾರಾಯಣ ಮತ್ತು ಎನ್. ರವಿಕುಮಾರ್ ಅವರುಗಳು ತಮ್ಮ ತೀಕ್ಷ್ಣ ಅಭಿವ್ಯಕ್ತಿಯ ಹಿನ್ನೆಲೆಯಿಂದಲೇ ಸ್ಪರ್ಧೆಯಲ್ಲಿ ವಿಜೇತರಾಗಿ ಕಾವ್ಯಪ್ರಿಯರ ಹಾಗೂ ವಿಮರ್ಶಕರ ಮೆಚ್ಚುಗೆಗೆ ಪಾತ್ರರಾಗಿದ್ದಾರೆ. ಪ್ರಸ್ತುತ ಸಂದರ್ಭದಲ್ಲಿ ನಾಡಿನ ತುಂಬೆಲ್ಲ ಹಲವಾರು ಪ್ರಶಸ್ತಿ ಪುರಸ್ಕಾರಗಳಿದ್ದರೂ ನಮ್ಮ ವಿಭಾ ಪ್ರಶಸ್ತಿಗೆ ಅದರದೇ ಆದ ಅನೇಕ ಮೌಲಿಕ ಹೊಳಹುಗಳಿವೆ. ಈ ಹತ್ತು ವರ್ಷಗಳಲ್ಲಿ ನಾಡಿನ ಬಹುತೇಕ ಯುವ ಕವಿಗಳು ನಮ್ಮ ಸ್ಪರ್ಧೆಯಲ್ಲಿ ಹಾಜರಿ ಹಾಕಿದವರೇ ಆಗಿದ್ದಾರೆ. ಹೀಗೆ ಬುಟ್ಟಿ ತುಂಬಿರುವ ಹಲವು ಹೂವುಗಳಲ್ಲಿ ಒಂದು ವಿಶೇಷ ಬಗೆಯ ಹೂವನ್ನು ಆಯುವ ಕಾರ್ಯ ತೀರ್ಪುಗಾರರಿಗೆ ಸರಳ ಸುಲಭದ್ದಲ್ಲ. ಈ ಸರ್ತಿಯೂ ಅಂತಹ ನೇರ ಪರೀಕ್ಷೆಗಳನ್ನು ಎದುರಿಸಿ, ಸಾಲಿನ ಮೊದಲ ಸ್ಥಾನದಲ್ಲಿ ನಿಂತದ್ದು ಬೆಳಗಾವಿಯ ಕವಿ ಹಾಗೂ ವೈದ್ಯ ಲಕ್ಷ್ಮಣ ವಿ.ಎ ಕಳುಹಿಸಿದ 'ಅಪ್ಪನ ಅಂಗಿ' ಎಂಬ ವಿಶಿಷ್ಟ ರೀತಿಯ ಕವಿತೆಗಳ ಹಸ್ತಪ್ರತಿ.

ಸಮಕಾಲೀನ ಸಂದರ್ಭದಲ್ಲಿ ಬರೆಯುತ್ತಿರುವ ನಮ್ಮ ತಲೆಮಾರಿನವರ ಬರಹಗಳು ಯಾವತ್ತೂ ನಮ್ಮಲ್ಲಿ ಕುತೂಹಲವನ್ನುಂಟು ಮಾಡುವಂಥವು. ಹಾಗೆ ನಮಗೆ ಹತ್ತಿರವಾಗಿದ್ದವಳು ಕವಿ ವಿಭಾ. ನೋವಿನ ಅರಿವಿಲ್ಲದೇ ವಿಭಾ ಕಾವ್ಯದ ಪ್ರೀತಿಯನ್ನು ಬಯಸಿದವಳಲ್ಲ. ದುಃಖದ ಅನುಭವವಿಲ್ಲದೇ ವಿಭಾ ಪ್ರೀತಿಯ ಅನುಭವವನ್ನು ಆನಂದಿಸಿದವಳಲ್ಲ. ಬದುಕಿನ ವಾಸ್ತವ ಮತ್ತು ಸಾವಿನ ಸತ್ಯದ ನಿಲುವನ್ನು ಅರಿಯುತ್ತಲೇ ಎಲ್ಲರಲ್ಲಿ ಒಂದಾಗಿ ಹೋದವಳು ಅವಳು. ವಿಭಾ ಮತ್ತು ಅವಳ ಕಾವ್ಯ ಕುರಿತಾದ ಪ್ರೀತಿ ನಮ್ಮನ್ನು ಈ ಕರ್ತವ್ಯಕ್ಕೆ ಹಚ್ಚಿದೆ. ಅವಳ ನಿರಂತರ ಸ್ಮರಣೆಗೆ ಈ ಬಗೆಯ ಕಾರ್ಯವು ಇಂದಿನ ಸಾಹಿತ್ಯಕ ಅಗತ್ಯಗಳಲ್ಲಿ ಒಂದಾಗಿದೆ ಎಂದೇ ನಾವು ಭಾವಿಸಿದ್ದೇವೆ.

ಈ ಸಾಲಿನ ಪ್ರಶಸ್ತಿ ಪಡೆದ ಲಕ್ಷ್ಮಣ್ ವಿ.ಎ ನಮ್ಮ ಕಾಲದ ವಾಸ್ತವ ಪ್ರಜ್ಞೆಯ ಕವಿಗಳಲ್ಲಿ ಒಬ್ಬರು. 'ಅಪ್ಪನ ಅಂಗಿ' ಸಂಕಲನದಲ್ಲಿ ಲಕ್ಷ್ಮಣ ಅವರ ಕವಿತೆಗಳು, ನೆಮ್ಮದಿಯ ಪಯಣದ ಅರಿವೆಂಬುದು ನಮ್ಮ ಹೊರಗಿಲ್ಲದೇ ಆ ಅರಿವು ನಮ್ಮೊಳಗೇ ಇರುವ ಮರ್ಮವನ್ನು ಚಿತ್ರವತ್ತಾಗಿ ಹೇಳುತ್ತವೆ. ಕವಿ ಅನುಭವಿಸಿದ ವೇದನೆಗಳೇ ಹಾಡಾಗಿ ಹರಿಯುತ್ತ, ನಮ್ಮೊಂದಿಗೇ ನಡೆದು ಬರುವ ನೆರಳೂ ಕೂಡ ನಮ್ಮದಷ್ಟೇ ಅಲ್ಲ ಎಂಬಂತಹ ತಿಳಿವಳಿಕೆಯೊಂದನ್ನು ಕಟ್ಟಿ ಕೊಡುತ್ತದೆ. ಅವ್ವನ ಸ್ವಂತದ ಬಿಕ್ಕು, ಅಪ್ಪನ ಅಂಗಿಯ ಮೈತುಂಬ ಅವ್ವ ಹಾಕಿದ ತೇಪೆ, ವೃದ್ಧಾಶ್ರಮದ ತಾಯಿಯೊಬ್ಬಳು ಮನೆಯ ದಾರಿ ತುಳಿಯುವಂತಾಗಲು ಇನ್ನೂ ತೆರೆಯಬೇಕಿರುವ ಜೈಲಿನ ದೊಡ್ಡ ಬಾಗಿಲು, ಅವ್ವನ ಏಕಾಂಗಿ ಫೋಟೋ ಹುಡುಕುವ ಅನಿವಾರ್ಯತೆ ತಂದೊಡ್ಡಿದ ಅವಳ ತಿಥಿ ಕಾರ್ಡು, ಹೀಗೆ ಕಟ್ಟಕಡೆಯ ಘಟ್ಟದಲ್ಲೂ ಚರಿತ್ರೆಯಲ್ಲಿ ಹೂತು ಹೋದ ಅವ್ವನಂಥ ಅವ್ವನ ಅಸ್ತಿತ್ವವು, ಅಪ್ಪನಿಗಿಂತ ಒಂದು ಗುಂಜಿ ಹೆಚ್ಚೇ ತೂಗಿಸಬಲ್ಲದು ಮತ್ತು ಆ ಮೂಲಕ ಆತ್ಮದ ಕತ್ತಲನ್ನು ಸತ್ಯದ ಬೆಳಕಿನಲ್ಲಿಟ್ಟು ಕಾಣಿಸಬಲ್ಲದು. ಅಂತಹ ಸತ್ಯವನ್ನು ಸೀಳಲು ಆಯುಧಗಳಿಗಿಂತಲೂ ನಮ್ಮ ಒಳಗಣ್ಣೇ ಸೂಕ್ತ ಎಂಬುದನ್ನು ಇಲ್ಲಿಯ ಕವಿತೆಗಳು ತೋರಿಸುತ್ತವೆ. ಮರದ ಟೊಂಗೆಯಲಿ ನೇಣಿಗೆ ಬಿದ್ದ ಚಂದ್ರನೂ ಮತ್ತು ಅನಾಥ ಭಾವ ತುಂಬುವ ಒಂಟಿ ಚಪ್ಪಲಿಯೂ ಲಕ್ಷ್ಮಣ ಅವರ ಕವಿತೆಗಳ ಎರಡು ದಡಗಳಾಗಿ ಕಾಡುತ್ತ ಸಹೃದಯರನ್ನು ಕಂಗೆಡಿಸುವ ಶಕ್ತಿಯನ್ನು ಹೊಂದಿವೆ. ಎಲೆ ಕಳಚುವ ಸದ್ದನ್ನೂ ಸಹ ಹಿಡಿಯುವ ಸೂಕ್ಷ್ಮತೆಯಲ್ಲಿ ಹುಟ್ಟಿದ ಇಲ್ಲಿಯ ಕವಿತೆಗಳು ಬದುಕನ್ನು ಒಟ್ಟಿಗೇ ಪಾತಾಳ ಗರಡಿಯಂತೆ ಶೋಧಿಸಬಲ್ಲವು. ಇಂಥ ಶೋಧನೆಗಳು ಕೇವಲ ವಿಸ್ಮಯಗಳಲ್ಲಿ ಹೂತು ಹೋಗುವಂತೆ ಕವಿ ಲಕ್ಷ್ಮಣ ಬರೆಯುವವರಲ್ಲ. ಕವಿತೆಗಳ ದಿಕ್ಕಿನಲ್ಲಿರುವುದು ಕವಿಯ ಅನುಭವದಾಳದ ಅಖಂಡ ಆತ್ಮಾನುಸಂಧಾನ. ಈ ಆತ್ಮಾನುಸಂಧಾನವೇ ಇಲ್ಲಿಯ ಕವಿತೆಗಳ ಘನತೆಯನ್ನು ಆವರಿಸಿದೆ. ಇಂಥದೊಂದು ಆರ್ದ್ರ ಸಂವೇದನೆಯ ಕವಿತೆಗಳ ಆಯ್ಕೆಯು ವಿಭಾ ಬಳಗಕ್ಕೆ ಅತ್ಯಂತ ಖುಷಿ ತಂದಿದೆ.

ಪತ್ರಿಕೆಗಳಿಗೆ ನಾವು ನೀಡಿದ ಸುದ್ದಿಯ ಮೂಲಕ ಈ ವರ್ಷ ಸುಮಾರು ಒಂದು ನೂರಾ ಐವತ್ತನಾಲ್ಕು ಕವಿಗಳು, ರಾಜ್ಯ, ಹೊರರಾಜ್ಯ, ಹೊರದೇಶಗಳಿಂದಲೂ ಹಸ್ತಪ್ರತಿಗಳನ್ನು ಸ್ಪರ್ಧೆಗೆ ಕಳುಹಿಸಿದ್ದರು. ಅವುಗಳಲ್ಲಿ ಹನ್ನೊಂದು ಕವಿಗಳ ಹಸ್ತಪ್ರತಿಗಳು ಮೊದಲ ಹಂತದಲ್ಲಿ ಆಯ್ಕೆಯಾದವು. ಈ ಕ್ರಿಯೆಯಲ್ಲಿ ನಾಡಿನ ಕವಿಗಳಾದ ಪ್ರಕಾಶ ಖಾಡೆ, ಡಿ.ವಿ ಗವಾನಿ, ಕಿರೇಸೂರ ಗಿರಿಯಪ್ಪ, ಎಚ್.ಎಸ್ ರಾಮನಗೌಡ, ಬಸೂ ಮತ್ತು ನಾವಿಬ್ಬರೂ ಸೇರಿ ಕೂತು ತುಂಬು ಆಸಕ್ತಿಯಿಂದ ಓದಿ, ಚರ್ಚಿಸಿ, ಉತ್ತಮ ಕವಿತೆಗಳನ್ನು ಮೊದಲ ಹಂತದಲ್ಲಿ ಆಯ್ಕೆ ಮಾಡಿಕೊಂಡೆವು. ಅಂತಿಮ ಸುತ್ತಿನ ಆಯ್ಕೆಗಾಗಿ ಕನ್ನಡದ ಬಹುಸೂಕ್ಷ್ಮ ಕವಿ ಮತ್ತು ವಿಮರ್ಶಕಿ ಪ್ರತಿಭಾ ನಂದಕುಮಾರ ಹಾಗೂ ನಾಡಿನ ಅತ್ಯುತ್ತಮ ಕವಿಯೆಂದೇ ಗುರುತಿಸಿಕೊಂಡ ಸುಬ್ಬು ಹೊಲೆಯಾರ್‌ರನ್ನು ಸಂಪರ್ಕಿಸಿದೆವು. ತಮ್ಮ ವೈಯಕ್ತಿಕ ಓದು ಬರಹ ಭಾಷಣ, ಓಡಾಟದ ನಡುವೆಯೂ ಅವರುಗಳು ಕೇವಲ ಕಾವ್ಯದ ಮೇಲಿನ ಪ್ರೀತಿಯಿಂದ, ಆಯ್ಕೆ ತೀರ್ಪುಗಾರರಾಗಿ ಶ್ರಮವಹಿಸಿ ಈ ಸ್ಪರ್ಧೆಯ ಯಶಸ್ಸಿಗೆ ಕಾರಣರಾಗಿದ್ದಾರೆ. ಕವಿಗಳ ಹೆಸರೇ ಇಲ್ಲದ ಕೇವಲ ಪರಿಶುದ್ಧ ಕವಿತೆಗಳನ್ನು ಮಾತ್ರ ತಮ್ಮ ಎದುರಿಗಿಟ್ಟುಕೊಂಡು ತೀರ್ಪು ನೀಡಿದ ಅವರು ಕವಿ ಲಕ್ಷ್ಮಣ ವಿ.ಎ ಅವರ ಕವಿತೆಗಳ ಹಸ್ತಪ್ರತಿಯನ್ನು 2019ನೇ ಸಾಲಿನ ವಿಭಾ ಪ್ರಶಸ್ತಿಗೆ ಆಯ್ದು ಕಳುಹಿಸಿದ್ದಾರೆ. ಈ ಪ್ರಕ್ರಿಯೆಯಲ್ಲಿ ಸಹಭಾಗಿಯಾದ ಅವರಿಬ್ಬರನ್ನು ಅತ್ಯಂತ ಪ್ರೀತಿಯಿಂದ ಸ್ಮರಿಸಿಕೊಳ್ಳುತ್ತೇವೆ.

ಈ ಸ್ಪರ್ಧೆಗೆ ಹಸ್ತಪ್ರತಿಗಳನ್ನು ಕಳುಹಿಸಿ ಸಹಕರಿಸಿದ ಎಲ್ಲ ಕವಿಮಿತ್ರರಿಗೂ, ಸುದ್ದಿಯನ್ನು ಅಷ್ಟೇ ಪ್ರೀತಿಯಿಂದ ಪ್ರಕಟಿಸಿದ ಪತ್ರಿಕೆಯವರಿಗೂ, ಪ್ರಶಸ್ತಿ ಪ್ರಕ್ರಿಯೆಯಲ್ಲಿ ಸಹಕರಿಸಿದ ಎಚ್ ಎಸ್ ಅನುಪಮಾ ಮತ್ತು ಎಲ್ಲ ಬಳಗಕ್ಕೂ, ಅಕ್ಕರೆಯಿಂದ ಪ್ರಕಟಿಸುತ್ತಿರುವ ಬಹುರೂಪಿ ಬಳಗಕ್ಕೂ ಹಾಗೂ ವಿಭಾ ಪುರಸ್ಕೃತ ಕೃತಿ ಓದಲು ಕೈಗೆತ್ತಿಕೊಂಡಿರುವ ನಿಮ್ಮೆಲ್ಲರಿಗೂ ನಮ್ಮದೊಂದು ಆತ್ಮೀಯ ನಮಸ್ಕಾರ.

ಪ್ರಕಾಶ ಸುನಂದಾ ಕಡಮೆ
ಸಂಚಾಲಕರು
(ವಿಭಾ ಪ್ರಶಸ್ತಿ ಸಮಿತಿ ಪರವಾಗಿ)

ಇಲ್ಲೊಂದು ವಿಶಿಷ್ಟ ದನಿಯಿದೆ..

ವಿಭಾ ಪ್ರಶಸ್ತಿಯ ಅಂತಿಮ ಹಂತಕ್ಕೆ ಬಂದ ಹನ್ನೊಂದು ಹಸ್ತಪ್ರತಿಗಳನ್ನು ಪರಿಶೀಲಿಸಿ ಒಂದನ್ನು ಆಯ್ಕೆ ಮಾಡುವ ಕೆಲಸಕ್ಕೆ ನಮ್ಮನ್ನು ಕೇಳಿದ್ದು ನಿಜಕ್ಕೂ ದೊಡ್ಡ ಜವಾಬ್ದಾರಿ. ವಿಭಾ ನಮಗೆಲ್ಲ ಬಹಳ ಪ್ರೀತಿಯ ಹೆಣ್ಣುಮಗಳು. ಆಕೆಯ ಹೆಸರಿನಲ್ಲಿ ಕೊಡುತ್ತಿರುವ ಈ ಪ್ರಶಸ್ತಿಗೆ ತನ್ನದೇ ಆದ ಪ್ರತಿಷ್ಠೆ ಇದೆ. ಅಂತಿಮ ಹಂತಕ್ಕೆ ಬಂದ ಹನ್ನೊಂದು ಸಂಕಲನಗಳನ್ನು ಎರಡೆರೆಡು ಸಲ ಓದಿ, ಖುಷಿಪಟ್ಟು ಬಹಳ ಎಚ್ಚರಿಕೆಯಿಂದ ಚಿಂತಿಸಿ ತೀರ್ಮಾನವನ್ನು ತೆಗೆದುಕೊಳ್ಳಲಾಗಿದೆ.

ಮೊದಲೆಲ್ಲ ಮನುಷ್ಯನಿಗೆ ಮಾತ್ರ ಕಷ್ಟ ಬರುತ್ತಿತ್ತು. ಆದರೆ ಇವತ್ತು ಒಟ್ಟು ಪ್ರಕೃತಿಗೆ ದೊಡ್ಡ ಸಮಸ್ಯೆ, ಗಂಡಾಂತರ ಎದುರಾಗಿದೆ. ಕೇವಲ ಒಂದು ಆಯಾಮದಿಂದ ಮಾತ್ರ ಜಗತ್ತನ್ನು ಗ್ರಹಿಸುವುದು ಇಂದು ಸಾಲದು. ಹತ್ತು ಕಡೆ ಕಣ್ಣಿಟ್ಟು ಸಕಲವನ್ನೂ ಗಮನಿಸುತ್ತಾ ಪರಿಶೀಲಿಸುತ್ತಾ ಅದಕ್ಕೆ ಸ್ಪಂದಿಸುತ್ತಾ ಆ ನಡುವೆಯೇ ತನ್ನ ನಿಲುವನ್ನೂ ಕಾಪಾಡಿಕೊಳ್ಳುತ್ತಾ ಬದುಕುವುದು ಇಂದಿನ ಸೃಜನಶೀಲ ಮನಸ್ಸುಗಳಿಗೆ ಅನಿವಾರ್ಯವಾಗಿಬಿಟ್ಟಿದೆ.

ಸ್ಪರ್ಧೆಗೆ ಬಂದ ಕವನ ಸಂಕಲನಗಳು ವಿವಿಧ ತಲೆಮಾರಿನ ಕವಿಗಳೆಂದು ಭಾಸವಾಯಿತು. ಅವರೆಲ್ಲರೂ ತಮ್ಮ ಅಂತರಂಗ ಮತ್ತು ಬಹಿರಂಗವನ್ನು ಕುರಿತು ಇಷ್ಟೆಲ್ಲಾ ಚಿಂತಿಸಿ ಕಾವ್ಯದಲ್ಲಿ ಅಭಿವ್ಯಕ್ತಿಸುತ್ತಿರುವುದು ಒಳ್ಳೆಯ ಬೆಳವಣಿಗೆ ಅನ್ನಿಸುತ್ತದೆ. ಜಗದೊಳಗೆ ತಮ್ಮನ್ನು ಕುರಿತು ತಮ್ಮ ಸಮುದಾಯವನ್ನು ಕುರಿತು ತಮ್ಮ ಒಳಗೊಳಗಿನ ಬೇಗುದಿಯನ್ನು ಕುರಿತು ಬರೆಯುತ್ತಿರುವುದು ಒಳ್ಳೆಯ ಬೆಳವಣಿಗೆ ಅನ್ನಿಸುತ್ತೆ.

ಇಂದಿನ ಮನರಂಜನೆಯ ಕ್ರಾಂತಿಯ ಯುಗದಲ್ಲೂ ಕಾವ್ಯವನ್ನು ತಮ್ಮ ಅಭಿವ್ಯಕ್ತಿಯ ಮಾಧ್ಯಮವಾಗಿ ಆರಿಸಿಕೊಂಡಿರುವುದೇ ಒಂದು ಹೆಗ್ಗಳಿಕೆಯಾಗಿದೆ. ಎಲ್ಲಿ ಕಲೆ ಸಾಹಿತ್ಯಗಳಿಗೆ ಸ್ಥಾನವಿಲ್ಲವೋ ಅಲ್ಲಿ ಬರಡುತನ ಆವರಿಸಿಕೊಳ್ಳುತ್ತದೆ. ಕಲೆ

ಸಾಹಿತ್ಯ ಬೆಳಕಿನ ದಾರಿ. ದೇಶದ ಕಾವ್ಯಶಕ್ತಿ ಬಹಳ ದೊಡ್ಡದು. ಕನ್ನಡ ಕಾವ್ಯ ಇವತ್ತಿನ ಸಂದರ್ಭಕ್ಕೆ ಉತ್ಕಟವಾಗಿ ಸಂವಹಿಸುತ್ತಿದೆ. ಹಾಗಾಗಿ ಈ ಕಾವ್ಯ ನಮಗೆ ಕೊಟ್ಟ ಭರವಸೆ ಮತ್ತು ಸಾಂತ್ವನಕ್ಕೆ ನಾವು ಆಭಾರಿಯಾಗಿದ್ದೇವೆ.

ಹನ್ನೊಂದು ಸಂಕಲನಗಳಲ್ಲಿ ಮೊದಲು ಐದನ್ನು ಶಾರ್ಟ್ ಲಿಸ್ಟ್ ಮಾಡಿ ಅದರಲ್ಲಿ ಒಂದೊಂದನ್ನೇ ತೆಗೆದುಹಾಕುತ್ತಾ ಕೊನೆಗೆ ಎರಡು ಸಂಕಲನಗಳಿಗೆ ಬಂದು ತಲುಪಿ ಅವೆರಡನ್ನೂ ಬಿಡಿಬಿಡಿಯಾಗಿ ಹಿಂಜಿ ನೋಡಿ ಕೊನೆಗೆ ಅತಿ ಕಡಿಮೆ ಅಂತರದಲ್ಲಿ "ಅಪ್ಪನ ಅಂಗಿ" ಪ್ರಶಸ್ತಿಗೆ ಅರ್ಹತೆಯನ್ನು ಪಡೆದುಕೊಂಡಿತು. ಅಂದರೆ ಅಂತಿಮ ಹಂತಕ್ಕೆ ಬಂದಿದ್ದ ಮೂರೂ ಸಂಕಲನಗಳು ಉತ್ಕೃಷ್ಟವಾಗಿದ್ದವು ಮತ್ತು "ಅಪ್ಪನ ಅಂಗಿ" ತನ್ನ ಶ್ರೇಷ್ಠತೆಯಿಂದಾಗಿಯೇ ಪ್ರಶಸ್ತಿ ಪಡೆಯಿತು ಎಂದು ಹೇಳಬೇಕು.

ಆ ಅರ್ಹತೆಯ ಅಂಶಗಳೆಂದರೆ:

ವಸ್ತು ವೈವಿಧ್ಯ – ಲಕ್ಷ್ಮಣ ವಿ ಎ ಅವರ ಸಂಕಲನದಲ್ಲಿ ತರಹೇವಾರಿ ಸಂಗತಿಗಳ ಬಗ್ಗೆ ಸ್ಪಂದಿಸಿ ಬರೆದ ಕವನಗಳಿವೆ. ಕವಿ ಆಧುನಿಕ ಜಗತ್ತಿನ ಸಕಲ ಮಜಲುಗಳನ್ನು ಮುಟ್ಟಿದ್ದಾರೆ. ತಮ್ಮ ಅನುಭವಗಳನ್ನು ಅಂತರ್ಗತವಾಗಿಸಿಕೊಂಡು ಅವನ್ನು ದಟ್ಟವಾಗಿ ಸಾಂದ್ರವಾಗಿ ಕಾವ್ಯದಲ್ಲಿ ಅಭಿವ್ಯಕ್ತಿಸುವಲ್ಲಿ ಯಶಸ್ವಿಯಾಗಿದ್ದಾರೆ. ಇದನ್ನು ಅನುಭವ ಕಾವ್ಯ ಎಂದು ವರ್ಣಿಸಬಹುದು. ಪರಿಣಾಮಕಾರಿ ಪ್ರತಿಮೆಗಳಲ್ಲಿ ಅನುಭವಗಳನ್ನು ಬೊಗಸೆಯಲ್ಲಿ ಚೆಲ್ಲಿದ ಹಾಗೆ ಹರಡಿದ್ದಾರೆ. ಹಾಗಾಗಿ ಒಂದು ವಿಶಿಷ್ಟ ದನಿ ಇಲ್ಲಿ ಕೇಳಿಬರಲು ಸಾಧ್ಯವಾಗಿದೆ. ನಿಜವಾದ ಅರ್ಥದಲ್ಲಿ ಅಂಗಿ 'ತೊಟ್ಟಿಲ್ಲದ' ನಿಜಕಾವ್ಯ ಇಲ್ಲಿದೆ.

ಶೈಲಿ – ಒಂದು ಒಳ್ಳೆಯ ಕಾವ್ಯದಲ್ಲಿ ವಸ್ತು, ಕಾವ್ಯ ಬಂಧ, ಭಾಷೆ, ಪ್ರತಿಮೆ ಎಲ್ಲವೂ ಪರಸ್ಪರ ಪೂರಕವಾಗಿರಬೇಕು. ಅಂಗಿಯ ಪ್ರತಿಮೆಯನ್ನು ಮತ್ತೆ ಮತ್ತೆ ಬಳಸುವಾಗಲೂ ಅದು ಪುನರಾವರ್ತನೆಯಂತಲ್ಲದೆ ಹೊಸ ಆಯಾಮಗಳನ್ನು ಪಡೆದು ಪ್ರಯೋಗವಾಗುತ್ತದೆ. ಕೊನೆಗೆ ಸೆಕೆಂಡ್ ಹ್ಯಾಂಡ್ ಅಂಗಿ ಕೂಡಾ ಜಂಗಮ ಪಿಶಾಚಿಗಳಂತೆ, ಶಿವಕಾಶಿಯ ಪೋರರು ಮುಗಿಬಿದ್ದು ಕೊಳ್ಳುವಾಗ ಅವರ ಪಕ್ಕ ಬೀಡಿ ಅಂಟಿಸಬೇಡಿ ಎಂದು ಗೋಗರೆಯುತ್ತದೆ. ಅದೊಂದು ಪರಿಶೋಧನೆ ಕವಿಗೆ. ಗಂಭೀರ ಕಾವ್ಯ ಒಂದು ಬಿಂದುವಿನಿಂದ ತೊಡಗಿ ಬೆಳೆದು ಹರಡಿ ಕೊನೆಗೆ ಮತ್ತೊಂದು ಬಿಂದುವಿನಲ್ಲಿ ಮುಗಿಯುತ್ತದೆ. ಈ ಯಾನದಲ್ಲಿ ಕವಿ ಒಂದು ಕಡೆ ಹೆಚ್ಚು ತಂಗಿದರೆ ಮತ್ತೊಂದು ಕಡೆ ಅವಸರದಲ್ಲಿ ಸರಿದುಹೋದರೆ ಅದು ಕಾವ್ಯದಲ್ಲಿ ಏರುಪೇರಾಗಿಸುತ್ತದೆ. ಬರಿ ಶಬ್ದಗಳನ್ನು ಇಡಿಕಿರಿಸುವುದು ಕೂಡಾ ಕಾವ್ಯಕ್ಕೆ ಒಗ್ಗುವುದಿಲ್ಲ.

ಒಂದು ಕವನ ಪರಿಪೂರ್ಣವಾಗಬೇಕಾದರೆ ಅದರಲ್ಲಿ ಎಲ್ಲವೂ ಹದವಾಗಿ ಇರಬೇಕು. ಲಕ್ಷ್ಮಣ ಅವರಿಗೆ ಈ ಹದ ಒಗ್ಗಿದೆ. ಅದಕ್ಕೇ ಅವರು ಪ್ರಶ್ನೆಗಳನ್ನು

ಕೇಳುತ್ತಲೇ ಉತ್ತರಗಳನ್ನೂ ಧ್ವನಿಸುತ್ತಿರುತ್ತಾರೆ. ತಾಯಿಯ ತಿಥಿಯ ಕಾರ್ಡಿನಲ್ಲಿ ಮುದ್ರಿಸಲು ಅವಳ ಒಂಟಿ ಫೋಟೋಗಾಗಿ ಮದುವೆಯ ಆಲ್ಬಮ್ಮಿನಲ್ಲಿ ಹುಡುಕುತ್ತಾ 'ಎಲ್ಲಿ ಹುಡುಕುವುದು ಈಗ ಅವಳ ಫೋಟೋ?' ಎಂದು ಪ್ರಶ್ನಿಸುತ್ತಲೇ ಅದಿಲ್ಲ ಎನ್ನುವುದನ್ನೂ ಹೇಳುತ್ತಾರೆ. 'ಸವೆದ ಹವಾಯಿ ಚಪ್ಪಲಿಗಳ ಹಟ್ಟಿಯೆದುರು ಅನಾಥ ಬಿಟ್ಟು ಎತ್ತ ನಡೆದು ಹೋದನೋ ವಿಶ್ವನಾಥ?' ಎನ್ನುವ ಪ್ರಶ್ನೆ ಅವನದೇ ಹುಡುಕಾಟ ಮತ್ತು ಕವಿಯ ಹುಡುಕಾಟಗಳೆರಡನ್ನೂ ಮೇಳೈಸಿಕೊಂಡು ಮೊಘಲ್ ದರಬಾರಿನಲ್ಲಿ ವೇಟರ್ ಆದ ವಿಶ್ವನಾಥನ ಬದುಕಿನ ಮಜಲುಗಳನ್ನು ದಾಖಲಿಸುತ್ತಲೇ, 'ಯಾವಾಗ ಮರಳಿತು ಮಹಾಪ್ರಾಣ?' ಎಂದು ವಿಹ್ವಲಗೊಳ್ಳುತ್ತಲೇ ಕೊನೆಗೆ 'ನಗರದಲ್ಲಿ ನಿನ್ನೆ ಬಿದ್ದ ಭಾರೀ ಮಳೆಗೆ ಯಾವ ಮರದ ಕೆಳಗೆ ಇವನು ಕಂಪಿಸುತ್ತ ನಿಂತಿರುವನೋ?' ಎನ್ನುವ ಪ್ರಶ್ನೆಯನ್ನೂ, ಉತ್ತರವನ್ನೂ ಜೊತೆಗೆ ಹಲವಾರು ಸಾಧ್ಯತೆಗಳನ್ನೂ ಒಟ್ಟಿಗೇ ಕಟ್ಟಿಕೊಡುತ್ತಾರೆ.

ಏನೂ ಹೇಳದೆಯೇ ಎಲ್ಲವನ್ನೂ ಹೇಳುವ ಕವಿತೆಗಳು ಇಲ್ಲಿವೆ. ಹಾಗೆಯೇ ಎಲ್ಲವನ್ನೂ ಹೇಳಿಯೂ ನಿಗೂಢವನ್ನು ಬಚ್ಚಿಟ್ಟುಕೊಂಡ ಕವನಗಳೂ ಇವೆ. ಇಲ್ಲಿ ತಥಾಗತನಿಂದ ಹಿಡಿದು ಸಿಲಿಕಾನ್ ಮೊಲೆಯ ಸನ್ನಿ ಲಿಯೊನಿವರೆಗೆ, ನಟ್ಟಿರುಳಲ್ಲಿ ಸುಳಿದಾಡುವ ನರಭಕ್ಷಕನಿಂದ ತೊಡಗಿ ಸಿಡಿಲು ಬಿದ್ದ ಬಯಲು ಶಿಲಾಬಾಲೆಯಿಂದ, ಸೆಲ್ಫಿಯಿಂದ, ನೆಲಕ್ಕೆ ಬಿದ್ದು ಮಣ್ಣಾಗಿ ಮತ್ತೆ ಕೊಡವಿಕೊಂಡು ತಲೆಯೇರುತ್ತಿದ್ದ ಅಪ್ಪನ ಗಾಂಧೀ ಟೋಪಿವರೆಗೆ ಸಕಲವೂ ಹಾದುಹೋಗಿವೆ.

ಇಷ್ಟೆಲ್ಲಾ ಹೇಳಿಯೂ ಕೆಲವು ಕವನಗಳಲ್ಲಿ ಕಾವ್ಯ ಬಂಧದಲ್ಲಿ ಇನ್ನಷ್ಟು ಬಿಗಿತನ ಬೇಕು ಎನ್ನಿಸಿದರೆ ಅದಕ್ಕೆ ಸಂಕಲನಕ್ಕೆ ಆಯ್ಕೆ ಮಾಡುವಾಗ ಸ್ವಲ್ಪ ವಿಶಾಲ ಧೋರಣೆ ಹೊಂದಿದ್ದೇ ಕಾರಣ. ಒಂದು ಸಂಕಲನದ ಎಲ್ಲಾ ಕವನಗಳೂ ಒಂದೇ ಮಟ್ಟದಲ್ಲಿರುವುದು ಕಷ್ಟ. ಕನ್ನಡದಲ್ಲಿ ಕಾವ್ಯ ಪ್ರಯೋಗಗಳ ಕೊರತೆ ಇಲ್ಲ. ಭರವಸೆ ಹುಟ್ಟಿಸುವ ಕವನ ಸಂಕಲನ ಕೈಗೆ ಸಿಕ್ಕಾಗ ಆ ಕವಿಯ ಮೇಲೆ ಕಣ್ಣಿಡುವ ಸಹೃದಯರು ಬೇಕಾದಷ್ಟು ಇದ್ದಾರೆ. ಹಾಗಾಗಿ ಈ ಕವಿಗೆ ಮತ್ತು ಈ ಸಂಕಲನಕ್ಕೆ ಅದ್ಭುತ ಸ್ವಾಗತ ಸಿಗುತ್ತದೆ ಅನ್ನುವ ಬಗ್ಗೆ ಸಂಶಯವಿಲ್ಲ. ಶುಭವಾಗಲಿ.

ಪ್ರತಿಭಾ ನಂದಕುಮಾರ್
ಸುಬ್ಬು ಹೊಲೆಯಾರ್

ಅಂಗಿಯ
ಜೇಬಿನೊಳಗೆ...

ಗಾಂಧಿ ಟೊಪ್ಪಿಗೆ ಮತ್ತು ಅಪ್ಪ

ನನ್ನೂರಿನ ನೆತ್ತಿಯ ಮೇಲೆ ಹಾಯ್ದು ತುಂಡು
ಮೋಡವೊಂದು
ನಿನ್ನೂರಿಗೆ ಬರುವ ಹೊತ್ತಿಗೆ ಪುಂಡಾನೆಯಂತೆ
ಇಡೀ ಅರಬ್ಬೀ ಸಮುದ್ರವ ತಂದು ಸೊಂಡಿಲಿನಿಂದ
ಹೇಗೆ ಸೇಕಿಸುತಿದೆ ನೋಡು

ಈಗಿದ್ದ ಮೋಡದ ಚಿತ್ರ ಇನ್ನೊಮ್ಮೆ ಇಲ್ಲ
ಯಾವ ಕಲಾವಿದನೂ ಇದನ್ನು ಬರೆದಂತಿಲ್ಲ
ತಿಳಿನೀರ ಕೊಳದಲಿ ಸುಮ್ಮನೇ ಮೂಡಿ
ಹೀಗೆ ಹಾಯುತ್ತವೆ ಪಡುವಣದಿಂದ ಮೂಡಣಕೆ

ಮೋಡಗಳ ಮೇಲೆ ಕುಳಿತು
ಸವಾರಿ ಮಾಡುವ ಧಾರವಾಹಿಯ
ದೇವಾನು ದೇವತೆಗಳ
ಒಮ್ಮೆ ನಮ್ಮೂರಿನ ಕೆರೆಯ ಬದಿ
ಇಳಿಸಿ ಹೋಗಲಿಯೆಂದು ಕಾದದ್ದು ಇದೆ

ವಿಷ್ಣುವಿನ ಚಕ್ರ
ಕೃಷ್ಣನ ಕೊಳಲು
ನಾರದ ಮುನಿಗಳ ವೀಣೆ
ನಾರಾಯಣ ! ನಾರಾಯಣ !
ಎಷ್ಟೊಂದು ಬಾಣ ಬಿರುಸು ಎಂತಹ ಕದನ
ಮೋಡದ ಮೇಲೆ ಅಥವ ಅದರ ಹಿಂದೆ

ಹಣೆಯ ಮೇಲೆ ಕೈಯಿಟ್ಟು
ಆಕಾಶ ದಿಟ್ಟಿಸುವಾಗಲೆಲ್ಲ ಅಪ್ಪನ ಗಾಂಧಿ
ಟೊಪ್ಪಿಗೆ ನೆಲಕೆ ಬಿದ್ದು ಮಣ್ಣಪಾಲಾಗುತಿತ್ತು
ಅಪ್ಪ ಅದನ್ನೆ ಕೊಡವಿ ಕೊಡವಿ ಧರಿಸುತ್ತಿದ್ದ

ಕೊನೆಗೆ ಮೋಡಗಳು ಕೆಳಗಿಳಿಯದಿದ್ದಾಗ
ಟೊಪ್ಪಿ ಧರಿಸುವುದು ಬಿಟ್ಟ
ಅಂಗೀ ಹಾಕುವುದ ಮರೆತ
ತುಂಡು ಬಟ್ಟೆಯ ಹಾಕಿ
ಮೋಡಕೆ ಬೆನ್ನು ಮಾಡಿ ನಡೆದವನು
ಒಂದು ದಿನ
ನಡದೇ ನಡೆದ ಮೋಡ ಸಿಗುವವರೆಗೂ..

ಬಿಕರಿಯಾಗದ ದೇವರ ಪಟ

ಮಹಾನಗರದ ತುಸು ದೂರ
ಮರದ
ಬಟ್ಟೆ ತೊಟ್ಟಿಲುಗಳಿಗೆ ಮರದ ಹಕ್ಕಿಗಳುಲಿವೇ ಗಿಲಕಿ
ಈ ಮಕ್ಕಳ ತಾಯಂದಿರು ತಮ್ಮ ಬಡಮೊಲೆಯ
ಹಾಲೂಡಿಸಿ ಪೇಟೆಯ ಕಡೆಗೆ ನಡೆದಿದ್ದಾರೆ
ಬೊಂಬೆಗಳ ಮಾರಲು

ಐಸು ಕರಗಿದ ಕಡ್ಡಿಯಂತಹ ಪೋರನ ಕೈಗಳಲಿ
ವಿವಿಧ ದೇಶದ ನಕಾಶೆಗಳು ಬಣ್ಣದ ಬಾವುಟಗಳು
ಕಂಡು ಕೇಳರಿಯದ ಹಕ್ಕಿ-ಹದ್ದಿನ ಚಿತ್ರಗಳು
ಶಸ್ತ್ರಸಜ್ಜಿತ ದೇವರುಗಳು
ಉಧ್ವಸ್ಥ ಕಡಲಿನಲಿ ಈಗಷ್ಟೇ ಉರಿದು ಆರಿದ
ಎರಡು ಪುಟ್ಟ ಹಣತೆಯಂತಹ ದೋಣಿಗಳು
ನಗರದ ನಕಾಶೆಯ ತುಂಬ ಹಾಲೋ ಬ್ಲಾಕಿನ
ಅರಮನೆಗಳು

ವಾಕಿಂಗ್ ಮುಗಿಸಿ ಮನೆಗೆ ಮರಳಿದ ಮಂದಿ
ಕರಗಿ ಹೋಗುತ್ತಾರೆ ಸೋಡಿಯಂ ಬೆಳಕಿನೊಳಗೆ
ಊರ ನೆನಪಿನಲಿ ತಂದಿಟ್ಟು ನೆಟ್ಟ ಸಸಿ ಪ್ರತಿ ದಿನ
ಇವನ ಖಾಸಗೀ ಕನಸಿನೊಳಗೆ
ಉಸಿರುಗಟ್ಟಿಸುವ ಮರದ ಬಳ್ಳಿ ಇವನ ಕೊರಳಿಗೆ
ಸುತ್ತಿ
ಎನ್ನ ಕಾಲೇ ಕಾಂಡ
ಕೈಯೇ ಟೊಂಗೆ
ಶಿರವೇ ಹೊನ್ನ ಹೂ ಹೊಂಗೆ
ಮರದ ಜೋಲಿಯಲಿ ನಿದ್ದೆಗೆ ಜಾರಿದ ಮಗು

ಮಿದುಳು ಘನ ನೆನಪುಗಳು ಕರಗಿ
ಮಂಜು ಹನಿ ಕಂಬನಿ
ದಾವಾನಲ ಎದೆ ನದಿಯ ದಾರಿ
ಕೇಳಲು ಯಾರಿರದಿದ್ದರೂ ಅನವರತ ಮೊರೆವ
ಕಡಲು

ಪ್ರತಿ ಬಡ ಬಸುರಿಯೊಡಲಿನೊಳಗೊಂದು
ಮೊರೆವ ಪುಟ್ಟ ಕಡಲು
ತಿಂಗಳು ಬೆಳೆದಂತೆ ಬೆಳೆವ ಉಬ್ಬರ ಅಲೆಗಳು
ಜನರಲ್ ವಾರ್ಡಿನ ತುಂಬ ಎಷ್ಟೊಂದು ಬಾಲ
ಚಂದಿರರು

ಕಣ್ಣು ತೆರೆದರೆ ಎದುರಿಗೆ ಕಡಲು
ಎವೆ ಮುಚ್ಚಿದರೆ ಮುಕ್ಕೋಟಿ ದೇವತೆಗಳ ಚಿತ್ರ
ಸಾಲು ಸಾಲು
ಸಂಜೆ ಮರಕೆ ಅರಳಿದ ಹಕ್ಕಿಗಳ ಲೆಕ್ಕ ತಪ್ಪಿದೆ
ಅರೆರೆ!
ಈ ಜೋಲಿಯಲಿ ಆಡುವ ಕಂದನ ಮರೆತೆವಲ್ಲ!

ಬಿಕರಿಯಾಗದ ದೇವರ
ಪಟ ಹೊತ್ತು ನಡೆದಿದ್ದಾನೆ ಐಸು ಕಡ್ಡಿಯ ಪೋರ
ಹೊಂಗೆಯ ಮರದ ಎಡೆಗೆ
ಮೂರು ಮತ್ತೊಂದು ಕಲ್ಲಿನ ಒಲೆಯೆದುರಿನ
ಅವ್ವನಿಗೆ ಈಗ ಬಂಗಾರದ ಹೊಳಪು

ನೆರೆ ದೇವರು

ಕವಿತೆ ಒಳಗಿಳಿಯಲು
ಗಟ್ಟಿಯಾಗಿ ಓದಬೇಕು ಕವಿತೆ
ಒಳಗಿವಿಗಿಳಿಯಲು
ತಟ್ಟಿ ಕಿಲುಬುಗಟ್ಟಿದ ಇಂದ್ರಿಯಗಳ ಮೂಲೆ
ಮೂಲೆಗಳ ತಲುಪಿ

ಮೊಟ್ಟ ಮೊದಲ ಬಾರಿ
ತೆರೆದಂತೆ ನೆರೆ ಬಿದ್ದು ಮುಳುಗಿದ ಪುರಾತನ
ದೇಗುಲದ ಗರ್ಭಗುಡಿಯ ಕಿರುಬಾಗಿಲು
ಕಿರುಗಟ್ಟಿ
ಎಳೆಕಿರಣ ಸೋಂಕಿ ತೆರೆದಂತೆ ಎದೆಯ ಹಾಡಿಗೆ
ದೇವರ ಕಣ್ಣು ಕಮಲಗಳು

ನೆರೆ ಬಣ್ಣ ಎರೆ ಬಣ್ಣ ಗುರುತು ದೇವರ ಮೈಮೇಲೆ
ಅಂಗಾರ ಬಂಗಾರ
ಸ್ವತಃ ಗಂಗೆ ರಂಗಿನೋಕುಳಿಯಲ್ಲಿ ಮಿಂದು
ದೇವರಿಗೂ ತುಸು ಬಳಿದು
.
.
.
ದೇವರ ಗುರುತು ಸಿಗುತಿಲ್ಲ ಸ್ವಂತ ದೇವರಿಗೆ

ಮಡುವಿನಲ್ಲಿ ಮುಳುಗು ಹಾಕಿದ
ದೇವರ
ಕಣ್ಣು ಕಾಣಿಸುವುದಿಲ್ಲ

ಕಿವಿ ಕೇಳಿಸುವುದಿಲ್ಲ
ಮಾತು ಮರೆತು ಯಾವ ಕಾಲವಾಯಿತು
ಕತ್ತಲ ಗರ್ಭಗುಡಿಯಲಿ ಮಾತುಗಳು ತಲುಪುವುದಿಲ್ಲ
ದೀಪ ಧೂಪದಾರತಿಗಳು ಬೆಳಗುತಿಲ್ಲ

ತಮಂಧದ ಕೇಡು ನೋಡಲಾಗದೆ
ತಂಪು ಕನ್ನಡಕ ಧರಿಸಿ ನಾನಿಲ್ಲಿ
ಕಿವಿಗೆ ವಾಕ್‌ಮನ್ ತುರುಕಿ
ಕವಿತೆಗಳ ಸದ್ದು ಬರದ ಹಾಗೆ ತುಟಿಯ
ಹೊಲಿದಿರುವಾಗ

ಹಾಡುವುದು ಹೇಗೆ ಗಟ್ಟಿ ದನಿಯಲಿ
ಗಂಟೆ ಜಾಗಟೆಗಳ ಸದ್ದು ಮುಳುಗಿರುವಾಗ

ಇಂತಿ, ಮಳೆ...

ನೆರೆ ಸುದ್ದಿಯ ಹೊತ್ತ
ವೃತ್ತಪತ್ರಿಕೆಯ ಪುಟಗಳೂ
ಪ್ರವಾಹದಲಿ ತೇಲಿ ಬಂದಂತೆ ತೇವ
ಜೀವ

ಒಂದಕ್ಕೊಂದು ಅಂಟಿದ ಪುಟಗಳ
ನಡು ನಡುವೆ ನಡುಗುತ್ತ ನಿಂತ ಪುಟಾಣಿಗಳು
ಹಬೆಯಾಡುವ ಕೆಂಟಕಿ ಫ್ರೈಡ್ ಚಿಕನ್
ಜಾಹೀರಾತಿನ ನಡುವೆ ಹಸಿದು ನಿಂತ
ಬೆತ್ತಲೆ ಬಾಲಕ
ಗಂಜಿ ಕೇಂದ್ರದ ಊಟದ ಸಾಲಿನಲಿ

ಹಳೆಯ ಸೀರೆಯ ಜೋಲಿಯಲೆ
ಹಸುಗೂಸು ತೂಗುವ ಬಾಲೆ
ಅರಳು ಮರಳು ಮುದುಕಿಯ ಎದೆಯ
ಮರೆತ ಜೋಗುಳದ ತಪ್ಪು ತಪ್ಪಾದ ಸಾಲುಗಳಿಗೆ
ನಿದ್ದೆಗೆ ಜಾರಿದ ಮಗು

ಕೊಚ್ಚಿ ಹೋದ ಸೇತುವೆಯ ನಡುವೆ
ಸೈರನ್ ಮೊಳಗಿಸುವ ಆ್ಯಂಬುಲೆನ್ಸ್
ಹೇಗೋ ದಾರಿ ಮಾಡಿಕೊಟ್ಟ ಉದ್ವಿಗ್ನ ಹೊಳೆ

ಊರ ದೇವರ ಗಂಟೆಗೂ ಉಸಿರು ಕಟ್ಟಿದೆ
ನೆರೆಯೊಳಗೆ
ಪಟದ ದೇವರ ಚಿತ್ರ ಧರ್ಮದ ಬಾವುಟ
ಅರಿಶಿಣ ಕುಂಕುಮ ಗುಲಾಲು ಎಲ್ಲ
ಮುಳುಗಿ ತೇಲಿಸಿರುವಾಗ ನೆರೆ ನೀರು
ಯಾವ ಧರ್ಮಕ್ಕೆ ಯಾವ ರಂಗು
ಯಾರ ಹಂಗು?
ಕಲಸುಮೇಲೋಗರ ಎಲ್ಲ ವಿಧಿಯಾಟ

ನಟ್ಟು ನಡು ನದಿ ಸುಳಿಯೊಳಗೆ
ದಿಕ್ಕೆಟ್ಟ ದೋಣಿಯ ಜೋಡು
ಹುಟ್ಟುಗಳ ಸೋತ ಕೈಗಳು
ಹೊಳೆ ದಾಟಿಸುವ ಅಂಬಿಗನ ವಿಳಾಸ
ಹುಡುಕಿಕೊಡು ದೇವರೆ

ಒದ್ದೆ ಪುಟಗಳ ಮೇಲೆರಡು
ನದಿಯಾದ ಜಲಕಣ್ಣುಗಳು
ನಡುಗುವ ಅಕ್ಷರಗಳಲಿ ಸಧ್ಯ ದಿಕ್ಕೆಟ್ಟ ಪ್ರವಾಹ

"ಬರ"
ಬೇಡ ಎಂದಿರಿ ಸರಿ
ಉಟ್ಟ ಬಟ್ಟೆ ಬದಲಿಸಿದೆ ಬಂದೆ
ಈಗ ನಿಮ್ಮ ಮುಂದೆ

– ಇಂತಿ, ಮಳೆ..

ನೇರ ಪ್ರಸಾರ

ಇಗೋ ಇಲ್ಲಿ ನೋಡಿ
ಕದನದ ನೇರ ಪ್ರಸಾರ
ಇಲ್ಲಿ ಅವನ ರುಂಡ ಅಲ್ಲಿ ಮುಂಡ
ಎದೆಯ ಬಿಲ್ಲೆಯ ನಂಬರಿನ ಹೊರತಾಗಿ ಬೇರೇನೂ
ಇಲ್ಲ

ಈಗಷ್ಟೇ ಬೆಂಕಿಯುಗುಳಿದ ತುಪಾಕಿಯ
ಬಾಯಿ ಮುಟ್ಟಿದರೆ ಇನ್ನೂ ಬಿಸಿ
ತಣ್ಣಗೆ ಮಲಗಿದೆ ದೇಹ ಕಾಡು
ಬಣ್ಣದ ಸಮವಸ್ತ್ರದೊಳಗೆ
ಗಾಯಗೊಂಡ ಕವಿತೆಯೊಂದು
ಕಾಗದದ ಮೇಲೆ ಉರುಳಾಡಿ ರಕ್ತ ಕಾರಿಕೊಂಡಂತಹ
ದುಃಸ್ವಪ್ನ

ಬೆನ್ನಿಗಂಟಿದ ಬ್ಯಾಗಿನಲಿ
ಸಂಜೆಗೆಂದೇ ತೆಗೆದಿಟ್ಟ ಚೂರು ಬ್ರೆಡ್ಡು
ತಟುಕು ನೀರು
ಅರೇ!! ಇದೇನಿದು ಊಟದ ಡಬ್ಬಿಯಲ್ಲೂ
ಕಾಡತೂಸು ಗೋಲಿಗಳು
ಕಿಸೆಯಲಿ ಗಡಿ ಗೋಡೆಗಳ ನೀಲ ನಕ್ಷೆ
ಅಕ್ಷಾಂಶ ರೇಖಾಂಶಗಳಲಿ
ಖಂಡ–ತುಂಡ
ಹರಿದು ಹಂಚಿದ ಮುಂಡ ವಕ್ರ ಭೂಗೋಳ
ಒಂದಕ್ಕಿಂದ ಒಂದು ಎತ್ತರದ ಬೆಟ್ಟ ಕಣಿವೆ ಪ್ರಪಾತ
ಹಿಮಪಾತ ರಕ್ತಪಾತದ ನಡುವೆ

ನೆತ್ತರು ಬಣ್ಣದ ನಿರ್ಲಿಪ್ತ ನದಿ
ಬೆಟ್ಟದ ಮೇಲೊಂದು ತುಂಡು
ಮೋಡದ ಹಿಂದೆ ಹೊಂಚಿ ಕುಳಿತಿರುವ ಹುತಾತ್ಮ
ಹಿಮಕಂದರುಗಳಲಿ ಹೆಪ್ಪುಗಟ್ಟಿರುವ ಉದ್ವಿಗ್ನ ಶಾಂತಿ

ಬದುಕಿನ ಕೊಡಲಿಗೆ ಕುತ್ತಿಗೆ ಕೊಟ್ಟವರೇ
ದೇಶದ ಕಾವಲಿನ ಗುತ್ತಿಗೆ ಪಡೆದವರೇ

ನರಬಲಿ ಕೇಳುತ್ತವೆ ಗೋಡೆಗೆ ನೇತು ಹಾಕಿದ
ನಕಾಶೆಗಳು
ವಲಸೆ ಹಕ್ಕಿಗಳ ಖಾಲೀ ಗೂಡು ನೇಣಿಗೆ ಬಿದ್ದಂತೆ
ದೇವದಾರುವಿನ ಮರ ಮರಕೆ
ಪಾರಿವಾಳಗಳ ಎದೆಯ ಸೀಳಿದ ಮೈಕ್ರೋ ಚಿಪ್ಪುಗಳು
ಬೇಹು ನಡೆಸುತ್ತವೆ
ಎಲೆಕ್ಟ್ರಿಕ್ ಬೇಲಿಯ ಹಾರಿ
ಮದ್ದಿನ ಸದ್ದಿಗೆ ಕಿವಿ ಮುಚ್ಚಿಕೊಂಡ ಹೂ ದಳಗಳು
ಗಾಯಗೊಂಡ ಕವಿತೆಯೊಂದು ಕಾಗದದ ಮೇಲೆ
ನೆತ್ತರು ಕಾರುವಂತೆ

ಥೇ... ಯುದ್ಧದ ವರದಿಗಳೆಲ್ಲಾ ಹಾಳು
ಗದ್ಯ

ಒಂಟಿ ಚಪ್ಪಲಿ

ತುಳಿದ ದಾರಿಯ
ನೆನೆದು
ಸವೆದ ಚಪ್ಪಲಿ ನರಳುವುದು

ಆ ದಾರಿಯ ತಿರುವಿನಲಿ
ಒಜ್ಜೆ ಹೆಜ್ಜೆಯ ಹಾಗೆ ಎದೆಯು
ಹಾದಿಯುದ್ದಕ್ಕೂ ಚಾಚಿ ಸುಡುವ
ನೆರಳು
ಮೈಲಿಗಲ್ಲುಗಳ ಮೇಲೆ ಮೆತ್ತಿದ ನೆನಪ ಧೂಳು

ಅದಲು ಬದಲಾಗುತ್ತವೆ ಚಪ್ಪಲಿಗಳು
ಗುಡಿಯ ಮುಂದೆ
ಸಂತೆ ಜಾತ್ರೆ ನೆರೆದ ಗೌಜು ಗದ್ದಲಗಳ
ನಡುವೆಯೇ

ಜೋಡು ಚಪ್ಪಲಿಗಳ
ಜೋಡಿ ತಪ್ಪಿದವರು ಹಳಹಳಿಸುತ್ತಾರೆ
ಹೆಜ್ಜೆ ತಪ್ಪಿಸಿ
ಮರ್ಯಾದೆ ಕಳೆಯಿತೆಂದು
ತೊಟ್ಟ ಚಪ್ಪಲಿಗೆ ಹೊರುವ ಭಾರ ಮಾತ್ರವಲ್ಲ
ಅಲ್ಲವೆ?
ನೆನಪುಗಳೂ ಜೊತೆ ಜೊತೆಗೆ
ಸವೆಯುತ್ತವೆ ಹವಾಯಿ ಸ್ಯಾಂಡಲ್ಲುಗಳಂತೆ

ಹೂವುಗಳ ಉಡಿ ತುಂಬುವ ಹಗಲು
ಚುಕ್ಕಿಗಳ ಮುಡಿಗೇರಿಸುವ ಇರುಳು
ನೋಡ
ನೋಡುತ್ತಲೇ
ಸರಿದು ಹೋಗುವ ಯುಗ
ಮತ್ತೊಂದು ಜಾತ್ರೆ ಮತ್ತೊಂದು ಸಂತೆ
ಅದೇ ದೇವರೆದುರು

ಉಹುಂ !!
ಜೋಡಿಯಾಗುತ್ತಿಲ್ಲ ಯಾವ ಜೋಡೂ
ಒಂಟಿ
ಚಪ್ಪಲಿಯಷ್ಟು ಅನಾಥ ಯಾರೂ ಇಲ್ಲ ನಿಜ

ತೊಟ್ಟಿಲ ಮಳೆ

ತೊಟ್ಟಿಲಿನಲಿ ಮಲಗಿದ
ಮಗುವಿನ ಕಾಲ್ಗೆಜ್ಜೆಯ ಒಂದು
ಸಣ್ಣ ಸೊಲ್ಲಿಗೆ ಎಚ್ಚರವಾಗುತ್ತದೆ ಈ ಲೋಕ

ನಿಶ್ಚೇಷ್ಟಿತವಾಗಿದ್ದ ತೊಟ್ಟಿಲ
ಲಘು ಕಂಪನಕೆ
ಮತ್ತೆ ಜಾಗೃತವಾಗುವ ಎದೆಯ ಜೋಗುಳಗಳು
ನಡುಮನೆಯ ಸಕಲಚರಾಚರಗಳಲಿ
ದೈವಿಕದ ಜೀವ ಸಂಚಾರ

ಗಾಲಿ ಮುರಿದ ಲಾರಿಗಳು ಮತ್ತೆ ರೋಡಿಗಿಳಿಯುತ್ತವೆ
ಶೋಕೇಸಿನ ಗೊಂಬೆ ಇಷ್ಟಗಲದ ಕಣ್ಣು ಬಿಡುತ್ತದೆ

ಖಾಲಿ ಕ್ಯಾನ್ವಾಸಿನ ಮೇಲೆ ಬಿದ್ದ
ಕಂದನ ಕಾಲ್ಗೆಜ್ಜೆಯ ದನಿಯಂತ ಮಳೆಯ
ಹನಿಗೆ ತನ್ನ ತಾನೇ
ಮೂಡಿದ ಮರದ ಮೇಲೆ ಎಷ್ಟೊಂದು ತಾಯಿ
ಎದೆಯಗಲದ ಎಲೆಗಳ ಚಿತ್ರ

ಒಂದು ಘಲಕಿನ ಸೊಲ್ಲು
ಒಂದು ಸಣ್ಣ ಹನಿಯಂತಹ ಮಳೆ

ಕೊರಡ ಕೊನರಿಸಿ ಬರಡು ಹಯನಿಸಿ
ಒಣಗಿದೆದೆಗಳಲಿ ಜೀವ ಜಲದ ಪಸೆ ಹರಿಸಿ
ತಾಯಿ ಮೊಲೆಗಳಲಿ ಹಾಲುಕ್ಕಿಸಿ
ಪಾಳು ಬಿದ್ದ ಬಾವಿಗಳಲಿ ಜೀವ ಜಲ ಜಿನುಗಿಸಿ
ಉಸಿರು ಚೆಲ್ಲಿದ ಕೊಳಲಿನಲಿ
ಮತ್ತೆ ಎದೆಯ ಹಾಡು ತುಂಬಿಸಿ
ಮರದ ಗಾಯಗಳ ಮಾಯಿಸಿ

ಜಗದ ತೊಟ್ಟಿಲ ತೂಗುವ ಪ್ರಭುವೆ
ಹಸಿದು ನಿದ್ದೆಗೆ ಜಾರಿದ ಮಗುವ ಎಚ್ಚರಿಸು

ಅಪ್ಪನ ಅಂಗಿ

ಅಪ್ಪನಿಗಿದ್ದದ್ದು ಒಂದೇ
ಮೊಂಡ ತೋಳಿನ ಅಂಗಿ
ಹತ್ತಿ ಉತ್ತುವಾಗಲೂ ಜೋಳ ಬಿತ್ತುವಾಗಲೂ
ಮದುವೆಗೂ ಜೈ ಮಸಣಕ್ಕೂ ಸೈ
ಅಲ್ಲಲ್ಲಿ ಗುಂಡಿ ತಪ್ಪಿದ ಬಟನ್‌ಗಳು
ಅದರ ಮೈ ತುಂಬ ಅವ್ವ ಹಾಕಿದ ತೇಪೆಗಳು

ಭೂಗೋಳದ ನಕಾಶೆಯ ಮೇಲೆ
ಬಾಂಬು ಬಿದ್ದ ನತದೃಷ್ಟ ದೇಶಗಳ ಚಿತ್ರಗಳಂತೆ
ಗುಂಡು ಬಿದ್ದ ಯೋಧನ ಮಿಲಿಟರಿ ಸಮವಸ್ತ್ರದಂತೆ
ಬೀಡಿಗೆ ಅಂಟಿ ಭಸ್ಮಗೊಂಡ ಅಂಗಿಯ ತುದಿ

ಗೂರಲು ಅಪ್ಪ ದವಾಖಾನೆ ಸೇರಿದ ದಿನವೂ
ಅವನ ತಲೆದಿಂಬಿಗೇ
ಆಸರೆಯಾಗಿದೆ ನೋಡಿ
ಈ ಗುಂಡಿ ತಪ್ಪಿದ ಅಂಗಿ

ಮೊಟ್ಟ ಮೊದಲ ಸಲ
ಆಸ್ಪತ್ರೆಯ ಶ್ವೇತ ಶುಭ್ರ ದಿರಿಸಿನಲ್ಲಿ
ದೇವಮೂಲೆಯಿಂದಿಳಿದು ಬರುವ
ಬಿಳಿ ಮೋಡದ ಕೆಳಗೆ
ಎರೆಮಣ್ಣು ಬಣ್ಣದ ಅಪ್ಪ
ನೆಲಕೆ ಇಳಿಯದ ಮಳೆ

ಬೆಂದು ಬೆಂಕಿಯ ರುಗ್ಣ ಶಯ್ಯೆಯಲಿ ಮಲಗಿದ ಇಳೆ
ಜೋಡು ಕಣ್ಣುಗಳಲಿ
ಆಡದೇ ಉಳಿದ ಮಾತುಗಳಿವೆಯೋ?
ತುಟಿಯವರೆಗೆ ಬರಬಾರದೆ ಇಂದೊಂದು ದಿನವಾದರೂ
ಹನಿಯದೇ ಹಾರಿ ಹೋಗುವ ಶುಷ್ಕ ಮೋಡಗಳು

ಗುಂಡಿಗೆಯ ಬಡಿತ ನಿಂತ ದಿನವೂ
ಗುಂಡಿ ತಪ್ಪಿದ ಅಂಗಿ ಇವನ ತಲೆ ದಿಂಬಿಗೇ

ಏನು ಮಾಡುವುದು ತೇಪೆ ಹಚ್ಚಿದ ಈ ಅಂಗಿ
ಅಪ್ಪ ತೀರಿದ ಮೇಲೆ?
ಸೀದಾ ತಂದು ಹೊದಿಸಿದೆವು ಜೋಳದ ಹೊಲದಲ್ಲಿ
ನಿಂತ ಬೆರ್ಚಪ್ಪನಿಗೆ

ಮುದಿ ಹಕ್ಕಿಯೊಂದು ಬಂದು
ಕೂರುವುದು ನೋಡಿದ್ದೇನೆ ಆಗಾಗ
ಬೆರ್ಚಪ್ಪನ ಭುಜದ ಮೇಲೆ ಎಷ್ಟೋ ಹೊತ್ತಿನ ತನಕ
ಹಸಿದರೂ ಜೋಳ ತಿನ್ನದೆ
ಮರಳುವ ಅದರ ಮರಿ ಹಕ್ಕಿಗಳ ಸಮೇತ

ಹೊಯ್ಮಾಲಿ ಮಳೆ

ಹೊಯ್ಮಾಲಿಯಂತಹ ಮಳೆ
ಇರುಳೆಲ್ಲಾ ಹುಯ್ಯಿತು
ಝಿಂಕ್ ಶೀಟಿನ ಮೇಲೆ ರಾತ್ರಿಯೆಲ್ಲಾ ಅರಳು
ಹುರಿದವರು ಯಾರೊ

ಊರಲ್ಲೂ ಹೀಗೇ ಆಗ:
ಶಾಲೆ ಶುರುವಾಗುವ ಸಮಯಕೆ ಮಳೆ
ಅಥವಾ
ಮಳೆಗಾಲ ಶುರುವಾಗುವ ಹೊತ್ತಿಗೆ ಶಾಲೆ
ಮೂಡಣದಿಂದ ಪಡುವಣಕೆ
ಸಾಲು ಸಾಲಾಗಿ ಬೆನ್ನಿಗೆ ಬ್ಯಾಗು ಹಾಕಿಕೊಂಡ
ತೇಲುವ ಕರಿ ಮೋಡಗಳ ಮುಗಿಲು
ಮೊದಲ ದಿನ ಶಾಲೆಗೆ ತಡವಾಗಿ
ಬಂದ ಕಂದನ ಕಣ್ಣ ದಿಗಿಲು

ಕಾಂಪೌಂಡಿನಾಚೆ
ಮಳೆಗೆ ಈಗಷ್ಟೇ ಒಲೆಯಾರಿದಂತಹ
ಅಮ್ಮನ ಮುಖ
ಕಂದನ ಕಣ್ಣಲ್ಲಿ ಚಣ ನಿಂತು ಆಗಷ್ಟು ಈಗಷ್ಟು
ಹುಯ್ಯುವ ಹೊಯ್ಮಾಲಿಯಂತಹ ಮಳೆ ಪ್ರಾರ್ಥನೆಗೆ
ನಿಂತ
ಕಂದನ ಕೆನ್ನೆಯ ಮೇಲೆ
ಆರಿದ ಕಂಬನಿಯ ಗೆರೆ

ಯಾವಾಗ ಬಿಟ್ಟೀತು ಶಾಲೆ?

ಊಟದ ಡಬ್ಬಿ ನೀರಿನ ಬಾಟಲಿ
ಹಾಗೇ ಇದೆ ಬೆನ್ನಿಗೆ
ಭಾರವಾದಂತೆ ಸಾಕಷ್ಟು ಸುರಿದಿತ್ತಲ್ಲಾ ಕಣ್ಣೀರು
ಹೊರಗೆ ಬಂದರೆ ಮೇಲೆ ಮುಗಿಲಿನಲಿ
ಕಪ್ಪು ಹಲಗೆಯಂತಹ ಕರಿ ಮೋಡಗಳು
ಅ ಅರಸ ಆ ಆನೆಯಂತಹ
ದುಂಡನೆಯ ಅಕ್ಷರಗಳು ಕಳಚಿ
ನೆಲದ ಪಾಲಾಗುತಿವೆ ಮಳೆಯ ಹನಿಗಳು

ಖಾಯಂ ವಿಳಾಸ

ತಾಲ್ಲೂಕಾಫೀಸಿನ ಸ್ವರ್ಗದ ಬಾಗಿಲಿನಲಿ
ನಿಂತಿರುವೆ
ಗವಾಕ್ಷಿಯಿಂದ ಗುಮಾಸ್ತ ಕೇಳುತ್ತಾನೆ
"ಖಾಯಂ ವಿಳಾಸ ಖಾಯಂ ವಿಳಾಸ"

ಇವನ ಮರ್ಜಿ ಕಾದ ಮೇಲಷ್ಟೇ
ಅರ್ಜಿ ವಿಲೇವಾರಿಯಾಗಬೇಕು

ಆದಿ ಪದ ಬರೆದೆ ಅಂತ್ಯ ಪದ ಬರೆದೆ
ಕೇವಲ ಮಧ್ಯಂತರದ ನಾನು
ಮಧ್ಯ ಪದ ದಾರಿಯಲ್ಲಿ ನಡೆಯುವಾಗಲೆಲ್ಲೊ ಕಳಚಿ
ಬಿದ್ದಿದೆ

ಆಗಲೇ ಸಾಕಷ್ಟು ದಣಿವು
ನಡೆದ ದಾರಿಯನ್ನೊಮ್ಮೆ ನೆನಪಿಸಿಕೊಂಡೆ
ಕಾಡು ಮೇಡು ಬೆಟ್ಟ ಬಯಲು ಬೋಧಿ ವೃಕ್ಷ
ಸಂಜೆ ಸಂತೆ ಕರಗುವ ಹೊತ್ತು
ಬೀದಿ ದೀಪಗಳೂ ಕಂತುವ ಹೊತ್ತು
ಖಾಲೀ ಕಾಲಮ್ಮಿನ ಬಿಟ್ಟಸ್ಥಳ ತುಂಬುವ
ಸೂಕ್ತ ಪದಗಳಿಗಾಗಿ ಯಾವ ಅಂಗಡಿಯಲಿ ಚೌಕಾಸಿ
ನಡೆಸಲಿ?

ಪದಗಳ ಹುಡುಕಲು ಪದಗಳ ಕಳಿಸಿ
ಇನ್ನುಳಿದ ಪದಗಳ ಅಲ್ಪ ವಿರಾಮಗಳಲಿ
ನಿಲ್ಲಿಸಿ

ಬಲು ಕಿಲಾಡಿ ಪದಗಳಿವು
ತೂಕಕೆ ನಿಲುಕಲಾರವು ತಕ್ಕಡಿಯಲಿ ಮೊದಲೆ
ಕೂಡಲಾರವು
ವಂಡರಗಪ್ಪೆಯಂತೆ
ಕೆಲವು ಆಕಳಿಸುತಿವೆ ಕೆಲವು ತೂಕಡಿಸುತಿವೆ
ಇನ್ನುಳಿದ ಪುಂಡ ಪದಗಳು ಸಾರಾಯಿ
ಅಂಗಡಿಯಲಿ
ಕುಡಿದು ಗಹಗಹಿಸಿ ನಗುತಿವೆ
ಪದಪಳಗಿಸುವ ಮಂತ್ರ ದಂಡ ಸಿಗದೆ
ವಿಹ್ವಲ ರಾಹುಲ

ನಟ್ಟ ನಡುರಾತ್ರಿ ಎದ್ದು
ಅರಬ್ಬಿ ಸಮುದ್ರವ ಬೊಗಸೆಯಲಿ ಹಿಡಿದು
ದಖನ್ ಪ್ರಸ್ಥಭೂಮಿಯ ಮೇಲೆ ಹರಿಸಿದ
ದಕ್ಷಿಣದ ಮಳೆ ಮಾರುತಗಳ ತಂದು
ಮರಭೂಮಿಯ ಮೇಲೆ ಸುರಿಸಿದ
ಖಾಲಿ ಬಿದ್ದ ಕಾಮನಬಿಲ್ಲಿಗೆ
ಬಣ್ಣ ಬಳಿಯುವ ಕಾಮಗಾರಿ ಗುತ್ತಿಗೆ ಪಡೆದ
ಖಾಯಂ ವಿಳಾಸದ ಪದಗಳ ಹುಡುಕಿ ಹುಡುಕಿ
ಕೊನೆಗೆ ಸುಸ್ತಾಗಿ ಕಾಲು ನೋವೆಂದು
ಬೋಧಿ ವೃಕ್ಷದ ಕೆಳಗೆ ಕುಳಿತ

ಮನಸು ಕಲ್ಲು ಬಿದ್ದ ಕೊಳ
ಅಲೆಯುಂಗುರಿನ ತಿಳಿನೀರ ಕನ್ನಡಿಯಲಿ
ಚೂರು ಚೂರಾದ ಮುಖ
ಸವೆದ ದಾರಿಯ ಹೆಜ್ಜೆಯ ಜಾಡು ಹಿಡಿದು
ಹಿಂದೆ ನಡೆಯುವೆ
ಅಲ್ಲಲ್ಲಿ ಬಿಡಿ ಬಿಡಿಯಾಗಿ ಬಿದ್ದ ಪದಗಳ
ಪಾದ ಹಿಡಿದು ದೇಹೀ ಎನ್ನುವೆ
ಬೊಗಸೆಯೊಡ್ಡಿ ಬೇಡಿಕೊಳ್ಳುವೆ
ತಥಾಗತನೇ
ಖಾಲೀ ಕಾಲಂನಲಿ
ನನ್ನ ಖಾಯಂ ವಿಳಾಸ ತುಂಬದೆ
ತಾಲೂಕಾಫೀಸಿನ
ಸ್ವರ್ಗದ ಬಾಗಿಲು ತೆರೆಯುವುದಿಲ್ಲ
ತಂದೆ
ರೇಷನ್ ಕಾರ್ಡು ಸಿಗದೆ ಇಲ್ಲಿ ಮೋಕ್ಷ ಪ್ರಾಪ್ತಿಯಿಲ್ಲ

ಸೆಕೆಂಡ್ ಹ್ಯಾಂಡ್ ಅಂಗಿಗಳು

ಸೆಕೆಂಡ್ ಹ್ಯಾಂಡ್ ಅಂಗಿಗಳು
ಯಾವತ್ತೂ ಪೇಟೆಯ ತುಸುದೂರದ ಮಬ್ಬು
ಬೆಳಕಿನಲ್ಲೇ
ನೇತಾಡುವ ಜಂಗಮ ಪಿಶಾಚಿಗಳು
ಹಿಂದೊಮ್ಮೆ ಝಗಮಗಿಸುವ ಮಾಲ್‌ನ
ಎ ಸಿ ಹವೆಯಲಿ ಹಾಯಾಗಿದ್ದೆವೆಂಬುದು ಈ
ಅಂಗಿಗಳಿಗೆ ನೆನಪು ಮಾತ್ರ
ಈಗ ನಿರಾಶ್ರಿತರ ಪುನರ್ವಸತಿ ಕೇಂದ್ರಗಳಲ್ಲಿ
ಗಂಜಿಗೆ ಕಾಯುವವರಂತೆ ಸಾಲಾಗಿ

ಕವಿತೆಯೊಳಗಿನ ಸಾಲುಗಳೆಲ್ಲೋ ಕಳಚಿಕೊಂಡಂತೆ
ನಿಂತಿವೆ ಮರದ ನೆರಳು ಬರೆದ ಚಿತ್ರದ ಕೆಳಗೆ
ಕಳೆದು ಹೋದ ಸಾಮ್ರಾಜ್ಯದ ವೈಭವ
ಈ ಅಂಗಿ ಅಂಗಾಂಗಳ ಕನಸಿನೊಳಗೆ

ಕುದುರೆ ಕಿರೀಟ ಕಾಲಾಳು ಡೊಗ್ಗು ಸಲಾಮು
ದೊರೆಯ ಮೈಮೇಲಿರುವಾಗ ವೈಭೋಗವೇನು?
ಶಾಯರಿ ಮುಷಾಯರಿ ಮಣಿಕಟ್ಟ ಮೇಲಿನ
ಮಲ್ಲಿಗೆಯ ಸುಮ
ಆಸ್ಥಾನ ನರ್ತಕಿಯರ ಹೂ ಮತ್ತ ಘಮ

ಕನಸಿನೊಳಗೆ ಓಡಲು ಕಾಲು ಬರುವಂತಿದ್ದರೆ
ಈ ಅಂಗಿಗಳು ಓಡಿ ಹೋಗುತ್ತಿದ್ದವೇನೋ ತಮ್ಮ-ತಮ್ಮ
ಒಡೆಯನ ಹುಡುಕಿ
ರಿಮ್ಯಾಂಡ್ ಹೋಮಿನ ಮಕ್ಕಳು ಕಾವಲುಗಾರನ
ಕಣ್ಣು ತಪ್ಪಿಸಿ ಕಾಂಪೌಂಡು ಹಾರಿ ಹೋಗುವಂತೆ

ಎಷ್ಟು ದೂರಕೆ ಬಿಟ್ಟು ಬಂದರೂ
ಸಾಕು ನಾಯಿಯೊಂದು ಸಂಜೆಗೆ ಹಾಜರಾಗುತ್ತದೆ
ಅನ್ನ ಹಾಕಿದ ಧಣಿಯ ಮನೆಯ ಮುಂದೆ

ಪೌರಾಣಿಕ ನಾಟಕದ ಪಾತ್ರವೊಂದು
ರಾತ್ರಿಯ ಬಣ್ಣ ಕಳಚಿ ನಡು ಹಗಲಿನಲ್ಲಿ
ನಿರಾಯಾಸವಾಗಿ ಸಂತೆಯ ಬೀದಿಯಲಿ ಬೀಡಿ
ಅಂಟಿಸಿದಂತೆ
ಈ ಅಂಗಿಗಳ ಬಣ್ಣ ಕಡು ಬಿಸಿಲಿಗೆ ತುಸು ಮಾಸಿದೆ
ಸಾಕಲಾಗದೆಂದು
ಈಗಷ್ಟೇ
ಕರಳು ಕತ್ತರಿಸಿದ ಪುಟ್ಟ ನವಜಾತು ಶಿಶು ಕಸದ
ತೊಟ್ಟಿಯ ಪಕ್ಕ

ಬೆಂಕಿ ಕಡ್ಡಿಗೆ ಮದ್ದು ತುಂಬಿದ ತಲೆ
–ಯಂತಹ
ಶಿವಕಾಶಿಯ ಪೋರರು ಈ ಅಂಗಿಗಳ ಕೊಳ್ಳಲು
ಮುಗಿ ಬೀಳುತ್ತಾರೆ
ಇವರ ಪಕ್ಕ
ಬೀಡಿ ಅಂಟಿಸಬೇಡಿ ನಿಮ್ಮ ದಮ್ಮಯ್ಯ
ಬೆಂಕಿಯ ಕಾವಿಗೆ ಇವರು ಆಗಲೇ ಅರ್ಧ ಬೆಂದು
ಹೋಗಿದ್ದಾರೆ

ಟಪಾಲು

ಈಗಷ್ಟೇ ತಲುಪಿದ ಮಿಲಿಟರಿ
ಟಪಾಲಿಗೆ ಗಂಧಕದ ಘಾಟು ಇನ್ನೂ
ತೆರೆದು ಓದುವ ಧೈರ್ಯ ಯಾರಿಗೂ ಇಲ್ಲ
ಬಣ್ಣಗಳ ಕಲಿಸಿ ಕುಳಿತ ಪೋರನ ಕಣ್ಣುಗಳಲಿ
ಸಿಡಿ ಮದ್ದುಗಳ ಹೊಳಪು

ಊರ ಬೆಳಕನ್ನೇ ಉಡಿಯಲ್ಲಿಟ್ಟು ಒಳಗೊಮ್ಮೆ
ಹೊರಗೊಮ್ಮೆ
ಸುಮ್ಮನೆ
ಇಣುಕಿ ಹಾಕಿ ನೋಡುವ ಮುದುಕಿಗೆ ಬೆಳಕಾಗಿಲ್ಲ
ಇನ್ನೂ

ಮೇಲೆ ಅರಳಿದ ನಕ್ಷತ್ರಗಳ ಬೇರು ಇವಳ ಎದೆಯಲ್ಲಿ
ಬೆಳಕು ಉಡಿಯಲ್ಲಿ
ಮಳ್ಳ ಉಸಿರು ಮೆಲ್ಲನೆ
ಬೇನೆ ತುಂಬಿದೆ ಗಾಳಿಯೊಳಗೂ
ತಣ್ಣಗೆ ಉರಿವ ಚಂದ್ರನೆದೆಯಲ್ಲಿ
ಹರಿಯುವುತಿರಬಹುದೊಂದು ಬೆಂಕಿಯ ಹೊಳೆ

ಜ್ಞಾನೋದಯವಾಗಲು
ಬೋಧಿ ವೃಕ್ಷವೇ ಏಕೆ?
ತಾಲೂಕಾಫೀಸು ಮ್ಯಾಟರ್ನಿಟಿ ವಾರ್ಡು
ರಿಮ್ಯಾಂಡು ಹೋಮ್ ಮಕ್ಕಳ ಕಣ್ಣಿನ ಹೊಳಪು
ಸರಳಿನಂಚಿನ ಕೈದಿಯ ಕೈಯ ನಡುಕು
ನಿಂತ ರೈಲಿನ ಕಿಟಕಿಯಾಚೆ ಯಾವದೋ ಲೋಕದ

ಸಂಕಟವ ಆರ್ತವಾಗಿ ಹಾಡುವ ಬಾಲೆ
ನಿಲ್ದಾಣ ಬಿಟ್ಟರೂ
ರೈಲಿನ ಬೆನ್ನಿಗೇ ಬಿದ್ದಂತೆ ಅವಳ ದನಿ

ಬಿಡುವಿದ್ದರೆ ಹೋಗಿ ಕುಳಿತು ಬನ್ನಿ ಒಂದು ಚಣ
ಸ್ಮಶಾನದಲ್ಲಿ
ಹಾಗೂ ವಿಧವೆಯಾದ ಯೋಧನ ಮನೆಯ
ಜಗುಲಿಯಲಿ
ನಿನ್ನೆ ಮೊನ್ನೆ ತಾನೇ
ಅವಳ
ಅಂಗಳದಲ್ಲಿ ಕುಂಟಾ ಬಿಲ್ಲೆ ಆಡಿದವಳು
ತಮ್ಮನ ದೊಗಳೆ ಅಂಗಿ
ಅವ್ವನ ಹಳೆಯ ಸೀರೆಯ ಹರಿದು
ನವಿಲು ಗರಿಯ ಕಣ್ಣ ಬಣ್ಣದ ಲಂಗ
ಹೊಲಿಸಿಕೊಂಡವಳು
ಅಂಕಲಿಪಿಯ ಬರಹದಂತಹ ದಪ್ಪ ಕಣ್ಣುಗಳವಳು
ಅ ಆ ದ ಮುಂದೆ ಓದಿಲ್ಲ ಹೆಚ್ಚು

ಈಗ ಗಂಧಕದ ಘಾಟಿನ ಪತ್ರ ತೆರೆಯಲು
ಧೈರ್ಯ ಸಾಲುತ್ತಿಲ್ಲ ಯಾರೊಬ್ಬರಿಗೂ
ಬಣ್ಣಗಳ ಕಲಿಸಿ ಕುಳಿತ ಪೋರನ
ಬಿಳಿ ಹಾಳೆಯ ಮೇಲೆ ದುರಂತ ನಾಟಕದ ಪರದೆಯ
ಬಣ್ಣಗಳು

ದೊರೆಯ ಕೈಗಳಲ್ಲೂ ಹರಿತ ಹತ್ಯಾರುಗಳಿವೆ
ಇಲ್ಲಿ ಯಾರಿಗೆ ದೂರು ಕೊಡುವುದು ದೇವರೆ?

ಮದುವೆ ಆಲ್ಬಮಿನಲಿ ಅವ್ವ

ನನ್ನ ಮದುವೆ ಆಲ್ಬಮಿನಲಿ ಅವ್ವ
ಒಂಟಿಯಾಗಿರುವ ಫೋಟೋ ಹುಡುಕಿದೆ
ಉಹುಂ!
ಒಂದೂ ಸಿಗಲಿಲ್ಲ ಅವಳ ಸಿಂಗಲ್ ಫೋಟೋ
ಹಾಂ! ಇದ್ದಾಳೆ ಅಲ್ಲಲ್ಲಿ
ಅವಳೇ ಹೌದೋ ಎಂಬ ಅನುಮಾನದಲ್ಲಿ
ಮುಖದ ಮೇಲೆ ಬೆಳಕು ತುಸು ಕಡಿಮೆ
ಇರುವ ಜಾಗಗಳಲ್ಲಿ
ತನ್ನ ಆಲದ ಮರದಂತಹ ಫ್ಯಾಮಿಲಿ ಗ್ರೂಪಿನ ಸಾಲಿನ
ಎಡ ಕೊನೆಯಲ್ಲಿ
ಅಲ್ಲಲ್ಲ ಬಲ ಕೊನೆಯಲ್ಲಿ
ಎಡ ಕೊನೆಯಲ್ಲಿರುವವಳು ಹಿರಿಯಕ್ಕ
ಲಾಂಗ್ ಶಾಟಿನಲ್ಲಿ ಅಕ್ಕ ಕೂಡ ಥೇಟ್ ಅವ್ವನಂತೆ
ಬಹಳ ಮಜವಾಗಿರುತ್ತದೆ ಮದುವೆ ಮನೆಯಲ್ಲಿ
ಅಕ್ಕ ಅವ್ವನ ಪಾತ್ರ ಅದಲು ಬದಲಾಗುವುದು

ಮದುಮಕ್ಕಳಿಗೆ ಅರಿಶಿಣ ಹಚ್ಚುವಾಗ
ಭತ್ತ ಕುಟ್ಟುವಾಗ ಧಾರೆ ಎರೆಯುವಾಗ
ಇವಳ ಸುತ್ತ ಸರಭರ ಸರಿಯುವ ರೇಷ್ಮೆ ನೂಲಿನ
ಚೆಲುವೆಯರು
ಬಾಟಲ್ ಪರಿಮಳದ ಬೆಡಗಿಯರ ನಡುವೆ ಅವ್ವ
ಕಾಣಿಸುವುದೇ ಇಲ್ಲ ಅಥವ
ಫೋಟೋಗ್ರಾಫರ್ ಸರಿಯಾದ ಕೋನದಲ್ಲಿ
ಫೋಕಸ್ ಮಾಡಿಲ್ಲ

ಬಂದ ನೆಂಟರಿಷ್ಟರ ಊಟ ಮುಗಿಯುವವರೆಗೂ
ಇವಳು ಗ್ರೀನ್ ರೂಮಿನಲಿ
ಮೊಮ್ಮಕ್ಕಳ ಮರಿ ಮಕ್ಕಳ ಹೇಸಿಗೆ ತೊಳೆದು
ಹಸಿ ಚಡ್ಡಿಗಳ ಬದಲಾಯಿಸುತ್ತ
ಇವಳಿಗೆ ಫೋಟೋಗೆ
ಪೋಜು ಕೊಡುವ ಪುರುಸೊತ್ತಾದರೂ ಎಲ್ಲಿತ್ತು?

ತಿಥಿಯ ಕಾರ್ಡಿನ ಮೇಲೆ
ಫೋಟೋ ಬೇಕೇಬೇಕು ಎಲ್ಲಿ ಹುಡುಕುವುದು
ಈಗ ಇವಳ ಒಂಟಿಯಾಗಿರುವ ಫೋಟೊ?

ಆತ್ಮದ ಕತ್ತಲೆಗೆ ಯಾವ ಕಂದೀಲು?

ಶಿಶಿರದ ಈ ರಾತ್ರಿ
ಕತ್ತಲು ತುಂಬಿದೆ ಕೋಣೆಯ ಒಳಗೂ

ಜಿನುಗುವ ಮಂಜಿನಲಿ ಕಾಣುವ ಅಸ್ಪಷ್ಟ
ಮರಗಳಲಿ ತೊಟ್ಟು ಕಳಚುತಿರುವ ಎಲೆಗಳ
ಕ್ಷೀಣ ಸದ್ದು
ದೇವರು ತನ್ನ ಮೈ ಮರೆವಿನಲಿ
ಆಕಾಶಕ್ಕೆ ಅನಾಯಸವಾಗಿ ಗೆರೆ ಎಳೆದ
ವಕ್ರರೇಖೆಯಂತಹ ಮರದ ಕೊಂಬೆಗಳ ಚೆಲುವು
ಚಿತ್ತ ಭಿತ್ತಿಯಲಿ
ಬಣ್ಣಗಳ ಕಲಸಿ ತುಸು ದೂರದಲಿ ಕುಳಿತ ವಸಂತ
ಇನ್ನೇನು
ಬರೆವ ಮರ ಮರಗಳ ಮೇಲೆ
ಚಿಗುರು ಹೂ ಚಿತ್ತಾರ
ಈ
ರಾತ್ರಿ
ಇಂತಹುದೇ ಒಂದು ಶಿಶಿರದ ರಾತ್ರಿ
ಎಲೆ ಕಳಚಿದಂತೆ ನೀನು ನಡೆದು ಹೋದೆ
ಸಿಡಿಲು ಬಡಿದ ಮರದ ಹಣ್ಣು ನಾನು
ವಲಸೆ ಹಕ್ಕಿಗಳೂ ಇಲ್ಲಿ ಗೂಡು ಕಟ್ಟುವುದಿಲ್ಲ ಈಗ

ತರಗೆಲೆಗಳ ಮೇಲೆ ನಿನ್ನ ನಿರ್ಲಿಪ್ತ ಹೆಜ್ಜೆ
ಕಳಚುವುದು ಹೇಗೆ ಎಲೆಗಳಂತೆ
ನಿನ್ನ ನೆನಪುಗಳ?
ಬೆರಳಿಗಂಟಿದ ಮರದ ಹೂ ಘಮವ
ಯಾವ ನದಿಯಲಿ ತೊಳೆಯುವುದು?
ಮೈಯ ಗೀರುಗಳಲಿ ಮೂಡಿದ
ಪ್ರೇಮದ ಗಡಿ ಗುರುತುಗಳ ಅಳಿಸುವುದು ಹೇಗೆ?
ಮೈಯ ಮೇಣವ ಕರಗಿಸಿ ಉರಿದ
ಸಾವಿರದ ದೀಪಗಳು

ಆತ್ಮದ ಕತ್ತಲಿಗೆ ಈಗ
ಯಾವ ಕಂದೀಲು ಹಿಡಿಯುವುದು?

ಪ್ರೇಮಗ್ರಂಥವನೇ ಎದೆಯ ಪಠ್ಯವಾಗಿಸಿದ
ಪ್ರಭುವೆ?
ಶುದ್ಧ ಬರಹದಂತಹ ಅವಳ ನಗುವ
ಲಿಪಿಯನು ಮತ್ತೆ ಮೂಡಿಸು ತುಟಿಯ ಮೇಲೆ

ಕ್ಷಮಿಸಿ ಬಿಡು ಅವಳ ಒಮ್ಮೆ
ಬಿಟ್ಟು ಬಿಡು ಅವಳ ಅವಳಂತೆ
ನೀಲಿ ಕಣ್ಣಿನಲಿ ಮೂಡಿದ
ನೆತ್ತರ ನರದ ನದಿಯ ಬಣ್ಣ ಬದಲಿಸುವೆ

ಸಿಡಿಲು ಬಿದ್ದ ಬಯಲು ಶಿಲಾಬಾಲೆಯ
ಮೈಯ ಗಾಯಗಳಿಗೆ ಮುಲಾಮು ಸವರುವೆ

ಈ ಶಿಶಿರದಲಿ
ಹೆಪ್ಪುಗಟ್ಟಿದ ಹಿಮ
ಕರಗಲೇಬೇಕು ವಸಂತದ ಒಂದು ದಿನ

ಮೆಟ್ರೊ ರೈಲು

ಯಾವುದು ಮರೆತರೂ ಸರಿ
ನಾನು ತಲುಪುವ ನಿಲ್ದಾಣದ ಹೆಸರು
ಮರೆತರೆ ಹೇಗೆ?
ಚನ್ನಪಟ್ಟಣಕೆ ಹೊರಟಿದ್ದೇನೆ
ಈ ಮೆಟ್ರೊ ರೈಲು ಕೊನೆಯಾಗುವುದು ಎಲ್ಲಿ?
ಮೈಸೂರು ರಸ್ತೆ, ನಾಯಂಡಹಳ್ಳಿ, ಕೆಂಗೇರಿ

ಈಗ ಹತ್ತಿರುವುದು ನೇರಳೆ ಬಣ್ಣದ ರೈಲು
ಯಾತ್ರಿಕರು ಹತ್ತುತ್ತಾರೆ ಇಳಿಯುತ್ತಾರೆ
ಸರದಿ ಸಾಲಿನಲಿ
ಸುರಕ್ಷಿತ ಅಂತರದಲಿ
ಬಾಗಿಲುಗಳು
ಒಮ್ಮೆ ಎಡಕ್ಕೆ ತೆರೆಯುತ್ತವೆ
ಇನ್ನೊಮ್ಮೆ ಬಲಕ್ಕೆ
ರಾಷ್ಟ್ರೀಯ ವಿದ್ಯಾಲಯ, ನ್ಯಾಷನಲ್ ಕಾಲೇಜು
ಲಾಲ್‌ಬಾಗ್
ಉದ್ಘೋಷಕಿಯ ಮಾಂತ್ರಿಕ ದನಿ
ಈ ಒಂದು ಅಶರೀರವಾಣಿಗೆ ಕಾದು
ಕುಳಿತವರಂತೆ ಅಥವ ನಿಂತವರಂತೆ
ಸರಭರನೆ ಇಳಿದು ನಡೆಯುತ್ತಾರೆ ತಮ್ಮ ತಮ್ಮ
ದೈನಿಕಗಳ ಗಮ್ಯದೆಡೆಗೆ

ಇದ್ದಕ್ಕಿದಂತೆ ರೈಲಿನಲಿ
ಕತ್ತಲೆ
ಮಕ್ಕಳು ದೊಡ್ಡವರು ಹೋ! ಎನ್ನುತ್ತಾರೆ
ಇದೇನಿದು ಹಾಡಹಗಲೇ ಕತ್ತಲೆ
ಸೂರ್ಯನಿಗೆ ಗ್ರಹಣ
ಭೂಮಿಯ ಸಕಲಚರಾಚರಗಳಲಿ ಗೊಂದಲ
ಗಲಿಬಿಲಿ
ಈಗ ತಾನೇ ರೆಕ್ಕೆ ಬಲಿತ ಹಕ್ಕಿ ಗೂಡು ಬಿಟ್ಟ
ಮೊದಲ ದಿನ
ಮರದ ವಿಳಾಸ ಯಾರ ಬಳಿ ಕೇಳುವುದು?
ಅನೌನ್ಸರ್ ಹುಡುಗಿಯೂ ಒಂದು ಕ್ಷಣ
ಮೌನ
ಕತ್ತಲಿಗೆ ಬೆಚ್ಚಿ ಮಾತು ಮರೆತಳೆ
ಅಥವ ಈ ಕಾರ್ಗವಳದ ದಿವ್ಯತೆಯ ಕಣ್ಣು ಮುಚ್ಚಿ
ಸುಖಿಸುತಿರುವಳೆ?
ಇವಳ ನಂಬಿ ರೈಲು ಹತ್ತಿದವರ ಕತೆಯೇನು
ದೇವರೆ
ಮಾತಿನ ದೇವತೆಗೆ ಮಾತು ಮರಳಿಸು

ನೇರಳೆ ಬಣ್ಣದ ರೈಲು ಇಳಿದು
ಈಗ ಹಸಿರು ಬಣ್ಣದ ರೈಲು ಹತ್ತಬೇಕು
ಇದೆಲ್ಲಾ ಒಂದೆರಡು ನಿಮಿಷಗಳ ಆ ಮಾಂತ್ರಿಕ
ಗಳಿಗೆಯಲ್ಲೇ ಆಗಬೇಕು
ಬಣ್ಣ ಬದಲಾಯಿಸಿದಂತೆ
ದಿಕ್ಕೂ ಬದಲಾಗುತ್ತದೆ
ಒಂದು ಯುಗದಿಂದ ಮತ್ತೊಂದು ಯುಗಕೆ
ದಾಟಲು ಇಲ್ಲಿ ನೂರು ಹೆಜ್ಜೆ ಸವೆಸಿದರೆ ಸಾಕು

ಈ ಮಾರ್ಗದಲಿ ಸುರಂಗಗಳಿಲ್ಲ
ಅನೌನ್ಸರ್ ಹುಡುಗಿ ನಿರಾಳ
ಅಲ್ಲಿದ್ದವಳೂ ಇವಳೇನಾ?

ಎತ್ತರದ
ಫ್ಲೈ ಓವರ್ ಮೇಲೆ ರೈಲು
ಬೇಲಿಯಲಿ ಹಾವು ಸರಿದಂತೆ
ನೀರಿನೊಳು ವೀಣೆ ಮಿಡಿದಂತೆ
ಅವಳ ದನಿಯು
ಕಟ್ಟಡಗಳ ನಟ್ಟ ನಡುವೆ ಇಳಿಯುತಿರುವ
ಸೂರ್ಯ
ಪಲಾಶ ಬೂರುಗ ಬಾದಾಮಿ ಮರಗಳ
ಮೇಲೆ ಸುಮ್ಮನೆ ಅಲ್ಲಿಯ ತನಕ ಹಾರಿ
ಮತ್ತೆ ಮರಕೆ ಮರಳುತಿರುವ ಹಕ್ಕಿಗಳು
ತಮ್ಮ ತಮ್ಮ ಸಹಜ ಅನಾಮಿಕತೆಯಲ್ಲೆ
ಕಿಸೆಗೆ ಕೈ ಹಾಕಿ
ಕಿವಿಗೆ ಇಯರ್ ಫೋನಿನಲ್ಲಿ ಹಾಡು ಕೇಳುತ್ತ
ಮಗು ಕತ್ತು ಕದಲಿಸಿ ಅಮ್ಮನ ಭುಜಕೆ ಒರಗಿದಂತೆ
ಮಲಗಿದವರು

ತಮ್ಮ ತಮ್ಮ ನಿಲ್ದಾಣಗಳಲಿ
ಇಳಿಯಲು ಅಶರೀರವಾಣಿಗೆ ಕಾದು ಕುಳಿತ
ಅಂತರ್ಯಾಮಿಗಳು

ಡೈರಿಯ ಎರಡು ಹರಿದ ಪುಟಗಳು

ಪುಟ ಒಂದು

ಸವೆದ ಹವಾಯಿ ಚಪ್ಪಲಿಗಳ
ಹಟ್ಟೆಯೆದಿರು ಅನಾಥ ಬಿಟ್ಟು
ಎತ್ತ ನಡೆದು ಹೋದನೋ ವಿಶ್ವನಾಥ?

ಅಂಗಳದಲಿ ತೊಳೆದು ಒಣಗಲು ಹಾಕಿದ
ಅವನದೇ ಅಂಗಿ
ತನ್ನಷ್ಟಕ್ಕೆ ತಾನೇ ನೇಣಿಗೆ ಬಿದ್ದವರಂತೆ
ಆರುವುದರೊಳಗೆ ಬರುವವನೆಂದು ಎದ್ದು ಹೋದವ
ಅದರ ಜೋತಾಡುವ ತೋಳುಗಳೆರಡು
ತೊಗಲಬಾವಲಿಯಂತೆ
ನೇತಾಡುವ ಕತ್ತು ಬೇತಾಳದಂತೆ
ಆಕಾಶಕೆ ಗೆರೆ ಎಳೆದು ಬರೆದ ರಂಗೋಲಿ
ಯಾರೊ ತುಳಿದು ತುಂಡಾದಂತೆ
ಸ್ವರ್ಗದ ದಾರಿ ಅಲ್ಲಲ್ಲಿ

ಶಾಲೆಗೆ ಹೋದ ಮಕ್ಕಳು
ಕಡಲಿಗಿಳಿದ ಬೆಸ್ತರು
ಮರಳಿ ಮನೆಗೆ ಬಂದರೂ
ಮಗ ಮರಳಲಿಲ್ಲ ಇನ್ನೂ

ಅವ್ವನ ಕಣ್ಣಲ್ಲಿ ಕಾರ್ತೀಕದ ಉರಿವ
ದೀಪಗಳೆರಡು
ಮಗ ಮರಳುವ ದಾರಿಗೆ
ಎದೆಯುರಿದಿದೆ ದೀಪದ ಬದಲಿಗೆ

ಬರದ ಎಂದೂ ಬಾರದ

ಎಂದಾದರೊಂದು ದಿನ ಬಂದೇ ಬರುವ
ಬಿರುಮಳೆಯ ನೆನೆದು ಜಲವರ್ಣವಾಗುವ
ಮನಸು
ಅಗೋ! ಸಿಕ್ಕೇ ಬಿಟ್ಟಿತು ಜೀವಜಲ
ಇದೆಂತಹ ಮಾಯಾಕೋಲಾಹಲ
ಬದುಕಿಗಂಜಲಿಯೊಡ್ಡಿದ ಬೆರಳ ಸಂಧಿಯಲಿ
ಸುರಿದ ಹೋಗುತಿರುವ ಮೃಗಮಾಯಾಜಲ
ಮುಚ್ಚಿದ ಎವೆಯೊಳಗೆ ಮಡುಗಟ್ಟಿ ನಿಂತ
ಕರಿಮುಗಿಲು
ಕಣ್ಣು ತೆರೆದರೆ ಸುರಿದು ಖಾಲೀಯಾದೀತೆನ್ನುವ
ವಿಹ್ವಲ
ಬೆಳಕಿಗೆ ನೆಗೆಯಲು ಇಲ್ಲಿ ಕತ್ತಲಿಗೂ ದಿಗಿಲು
ಸವೆಯುತ್ತವೆ ದಿನಗಳು
ಮಣ್ಣ ದಾರಿಯಂತೆ
ಋತುಗಳುರುಳಿವೆ ಬಣ್ಣಗಳ ಬೆರಗಿಲ್ಲದೆ
ಪ್ರತಿ ಹುಣ್ಣಿಮೆಯ ಮುಗಿಲಿನಲಿ
ಕಾಮಾಲೆ ಕಾಯಿಲೆಯ ಬಿಳಿಚಿದ ಚಂದಿರ
ಪ್ರತಿ ನಿಮಿಷ ಇಲ್ಲಿ ನಿಡುಸುಯ್ಯುವ
ನಿಟ್ಟುಸಿರು
ಯಾವಾಗ ಮರಳೀತು ಮಹಾಪ್ರಾಣ!?

ಅಡವಿಯೊಳು ಹುಲುವುಗೆಟ್ಟನೊ ಹುಲ್ಲೆ ನುಂಗಿತೊ
ಮರದ ಕೊಂಬೇರಿ ಬಿದ್ದನೊ ಕಡೆ ಹಸಿದು
ನಡುಗೆಟ್ಟು ನಿಂದನೋ
ನಟ್ಟ ನಡು ರಾತ್ರಿ
ಊರಿನ ಕೊನೆಯ ಬಸ್ಸೂ ದಾಟಿ....

******

ಪುಟ ಎರಡು

ಸಂಜೆ
ಬೆಂಗಳೂರಿನ ದಿ ಮೊಘಲ್ ಬಾರ್ ಅಂಡ್
ರೆಸ್ಟೋರೆಂಟಿನ ವೇಟರ್ ವಿಶ್ವನಾಥ
ತುಂಬಾ ಒಳ್ಳೆಯ ಹುಡುಗ
ಚನ್ನಪಟ್ಟಣ ಕಡೆಯ ಯಾವುದೋ ಹಳ್ಳಿಯವ

ನನ್ನ ಹೊತ್ತಿ ಉರಿಯುವ ಹಗಲು ಹಾಳೆಗಳ
ನೀಟಾಗಿ ಮಡಚಿ ಪ್ರತಿ ಸಂಜೆ ಇವನ ಕೈಗಿಡುವಾಗ

ವಿಶ್ವನಾಥ ಅಲಿಯಾಸ್ ವಿಶು
ವ್ಹಿಸ್ಕಿಗೆ ತುಸು ಹೆಚ್ಚೇ ಐಸು ಸುರಿದು
ನನ್ನ ಸುಡು ಹಗಲ ಸಂಕಟಗಳ ಅದರೊಳದ್ದಿ
ತೆಗೆವ ಆಲ್ಕೆಮಿಸ್ಟ್
ತಾನು ಮಾತ್ರ ಬಲು ವಿಧೇಯನಾಗಿ
ಸಿಲಿಕಾನ್ ಮೊಲೆಯ ಬೆತ್ತಲೆ ಸನ್ನಿ ಲಿಯೋನ್
ಸೊಂಟದ ನಡು ಗೋಲಿ
ಬಾರು ಗೋಡೆಯ ಪೋಸ್ಟರಿಗಾಣಿಸಿ ಕೈ ಕಟ್ಟಿ
ನಿಲ್ಲುವವ
ನಡು ನಡುವೆ ತುಟಿಯ ನಡುವಿನ ನನ್ನ
ಸಿಗರೇಟಿಗೆ ಲೈಟರ್ ಒತ್ತಿ
ಮಂದ್ರ ಬೆಳಕಿನ ಧೂಮಲೀಲೆಯೊಳು ನಾನು
ಧೂಮ್ ಮಚಾಲೆ
ಹಾಡಿನ ಗುಂಗಿಗೆ ತಲೆ ಕುಣಿಸುವಾಗ
ಸೊಳ್ಳೆ ಕಡಿಯದಿರಲೆಂದು ಕಾಲ ಬಳಿ ಗುಡ್‌ನೈಟ್
ಬತ್ತಿಯ ಅಂಟಿಸಿ
ಸದ್ದಿಲ್ಲದೆ ಮರೆಯಾಗುವವ

ಒಳ್ಳೆಯ ಹುಡುಗ ವಿಶು
ಮದುವೆಯ ವಯಸಿದೆ ಮದುವೆಯಾದಂತಿಲ್ಲ
ಗರ್ಲ್‌ಫ್ರೆಂಡ್ ಇದ್ದರೂ ಇರಬಹುದು
ಬಲು ಕಿಲಾಡಿ ಇವನು ಗುಟ್ಟು ಬಿಡುವವನಲ್ಲ
ಟಿಪ್ಸಿಗೆ ಆಸೆ ಪಟ್ಟವನಲ್ಲ
ಎದ್ದು ಹೊರಡುವಾಗ ಬಾರೋ ತಮ್ಮಾ
ಎಂದು ಹತ್ತು ರೂಪಾಯಿ ಕೈಗಿತ್ತು
ಅಕ್ಕರೆಯಿಂದ ಅಪ್ಪಿಕೊಂಡಾಗ
ಮಳೆಗೆ ನೆನೆದ ಗುಬ್ಬಚ್ಚಿಯಂತೆ ಕಂಪಿಸುವ

ಠಾಕೂ ಠೀಕಿನ ಬಲು ನಾಜೂಕಿನಲಿ
ಬರುವ ಮೊಘಲ್ ದೊರೆಗಳಿಗೆ ಸಲಾಮು
ಹೊಡೆದು ಬಾಗಿ
ಅವರ ಮೂರನೇ ಪೆಗ್ಗಿನ ಹಲ್ಕಟ್ ಬೈಗುಳಗಳ
ದಾಳಿಗೆ ಕಂಗೆಟ್ಟು ಕತ್ತಲಿನಲಿ ಬಿಕ್ಕುವವ

ಆ ದಿನ ಊರಿನಲಿ
ಸಂತೆಯ ಚೀಲವ ಸೀದಾ ಅವ್ವನ ಕೈಗಿಟ್ಟು
ಉಳಿದ ಚಿಲ್ಲರೆ ಕಾಸು ಜೋಬಿಗಿಳಿಬಿಟ್ಟು

ಇಲ್ಲೇ ಹೋಗಿ ಬರುವನೆಂದು ಸೀದಾ
ಉದಯರಂಗ ಬಸ್ಸು ಹತ್ತಿದವ
ಈ ಬಾರ್‌ನ ಸೀನಿಯರ್ ಗೋಳು ಕೊಟ್ಟ
ಮೊಘಲ್ ಸಿಂಬಲಿನ ದೊಗಳೆ ಯೂನಿಫಾರ್ಮಿನಲಿ
ನಾಟಕದಲಿ ಯಾರೊ ಬಿಟ್ಟ ಪಾತ್ರದ ಸ್ಟ್ಯಾಂಡ್‌ಬಾಯ್
ಕಲಾವಿದನಂತೆ ಥರಹಾವರಿ ಕಾಣಿಸುವವರ
“ಲೇ ಕುಳ್ಳ, ಲೇ ಪೀಕ ಬಾರೊ ಇಲ್ಲಿ” ಅಂದರೆ
ಚೂರು ಬೇಸರಿಸದವ

ವಿಶು ಅಲಿಯಾಸ್ ವಿಶ್ವನಾಥ
ಸಾಕ್ಷಾತ್ ವಿಷಕಂಠ ಬಲು ಸಾತ್ವಿಕ
ಈ ನಡುವೆ ದರಬಾರಿನಲಿ ಕಾಣಿಸುತ್ತಿಲ್ಲ
ಮರಳಿ ಉದಯರಂಗವ ಹತ್ತಿದನೆ?
ಗರ್ಲ್‌ಫ್ರೆಂಡಿನೊಂದಿಗೆ ಓಡಿ ಹೋದನೆ?
ಈ ನಡುವೆ ದರಬಾರಿಗೆ ನಾನೂ ಹೋಗುತ್ತಿಲ್ಲ
ನಗರದಲ್ಲಿ ನಿನ್ನೆ ಬಿದ್ದ
ಭಾರೀ ಮಳೆಗೆ ಯಾವ ಮರದ ಕೆಳಗೆ ಇವನು
ಕಂಪಿಸುತ ನಿಂತಿರುವನೊ?

***

ಇಲ್ಲಿ ಅವ್ವ
ಅವನ ತೊಳೆದ ಅಂಗಿ ಮತ್ತೆ ಮತ್ತೆ
ತೊಳೆಯುತ್ತ ಅದೇ ಅಂಗಳದಲಿ ಒಣಗಿಸುತ್ತ
ಆರಿಸುತ್ತ

ಪಾಪ!
ಅವಳಿಗೆ ಗೊತ್ತಿಲ್ಲ ಈ ಸೈಜಿನ ಅಂಗಿ ಈಗ
ಅವನಿಗೆ ಆಗುವುದಿಲ್ಲ
ಜೋತುಬಿದ್ದ ತೋಳುಗಳೂ
ನೇತಾಡುವ ಕತ್ತೂ ನೇಣಿಗೆ ಬಿದ್ದ ಕೊರಳೂ
ಅನಾಥ ಚಪ್ಪಲಿಗಳು ಈಗ ಇನ್ನೂ
ದೋ...ಡ್ಡದಾಗಿವೆ

ಲಕ್ಸ್ ಜಾಹೀರಾತಿನ ಶ್ರೀದೇವಿ

ಸೋಪು ಕಣ್ಣಿಗೆ ಬಿದ್ದ ಸಮಯಕ್ಕೆ
ಸರಿಯಾಗಿ
ಬಾತ್‌ರೂಮಿನಲಿ ಕೈ ಜಾರಿ ಹೋಗುವ ಶ್ರೀದೇವಿ
ಜಾಹೀರಾತಿನ
ಲಕ್ಸು ಸೋಪು
ಎಂದಾದರೂ ಅವಳು ಈ ಸೋಪು ನಿಜವಾಗಿಯೂ
ಬಳಸಿದ್ದಳೆ?
ಅಥವ ಈ ಸೋಪು ಬಳಸಿದ್ದಕೆ ಅವಳಿಗೆ
ಈ ಮೈ ಹೊಳಪೇ!
ಥೂ!! ಮಜ್ಜನಕೆ ಕುಳಿತಾಗ ಸಜ್ಜನರು
ಈ ಪರಸತಿಯ ಯೋಚನೆ ಮಾಡಬಾರದು
ಶಾಂತಂ! ಪಾಪಂ!

ತಪ್ಪಾಯಿತು ಅಡ್ಡಬಿದ್ದೆ
ಅಡ್ಡಲ್ಲ... ಬಾತ್‌ರೂಮು ಚಿಕ್ಕದು
ಉದ್ದ ಬಿದ್ದೆ
ಇಲ್ಲ ಇಲ್ಲ ಯಾರೂ ನೋಡಿಲ್ಲ
ನಾನು ಬಾತ್‌ರೂಮಿನಲ್ಲಿದ್ದೇನೆ
ಯಾರೂ ನೋಡಿರಲಾರರು ಛೇ.. ನೋಡಬಾರದಪ್ಪ
ಎಂತಹ ಅಸಹ್ಯ
ಸೋಪು ಕವರ್ ಮೇಲಿನ ಶ್ರೀದೇವಿ
ನೋಡಿರಬಹುದಾ
ಬಾತ್‌ರೂಮಿನ ಈ ಬಾಹುಬಲಿಯಾ?
ಥೂ! ಯಾಕಿಂತ ತುಂಟ ಯೋಚನೆ
ಸೋಪು ಬಿದ್ದ ಕಣ್ಣು ಉರಿಯುತಿರುವಾಗ
ಮೈ ಮನವೆಲ್ಲಾ

ಹೇಗೋ ನೆನಪಿಸಿಕೊಂಡೆ ಅಥವಾ ನೆನಪೇ
ನೆನಪಾಯಿತು ಏನಿವಾಗ!?
ಎಲ್ಲಾ ಮರೆತಿರುವಾಗ ಏನು ಪ್ರಾಯಶ್ಚಿತವೀಗ?

ಗೂಗಲಿಸಿ ನೋಡಬೇಕು
ಅಲ್ಲಿ ಉತ್ತರ ಸಿಗದಿದ್ದರೆ
ನನ್ನ ನಿಜ ಹೆಸರು ಹೇಳದೆ ಟಿವಿ ಜ್ಯೋತಿಷಿಗೆ
ಕರೆ ಮಾಡಿ ಪರಿಹಾರ ಕೇಳಬೇಕು
ಅಕಸ್ಮಾತ್ ನನ್ನದೇ ದನಿ ಅಂತ ಲೋಕಕೆ
ಗೊತ್ತಾದರೆ!?

ಈ ಟಿವಿಯವರ ಸಹವಾಸ ನಿಮಗೆ ಗೊತ್ತಿಲ್ಲ
ಒಂದು ಬಾರಿ ತಪ್ಪು ಮಾಡಿದ್ದನ್ನ
ಹತ್ತು ಬಾರಿ ತೋರಿಸುತ್ತಾರೆ

ಪತ್ರಿಕೆಗೆ ಬರೆಯುತ್ತೇನೆ ಹೆಸರು ಬೇಡ ಊರು ಬೇಡ
"ನನಗೊಂದು ಸಮಸ್ಯೆಯಿದೆ
ಬಾತ್‌ರೂಮಿನಲಿ ಸೋಪು ಕಣ್ಣಿಗೆ ಹೋದರೆ
ಶ್ರೀದೇವಿ ನೆನಪಾಗುತ್ತಾಳೆ
ಮತ್ತು ಅದೇ ರಾತ್ರಿ ಕನಸಿಗೆ ಬರುತ್ತಾಳೆ
ಬಂದರೆ ಬರಲಿ ಡ್ಯಾನ್ಸ್ ಮಾಡುತ್ತಾಳೆ
ಕುಣಿಯುತ್ತಾ ಬಳುಕುತ್ತಾ ಸೊಂಟ ತುಳುಕಿಸುತ್ತಾ
ಮೈಗೆ ಮೈ ಸೋಕಿಸುತ್ತಾ... ಆಗುತ್ತಾ
ಹಾವಾಗುತ್ತಾ ನನ್ನ ಮೈ ಮೇಲೆ
ಸಳಸಳನೆ ಸರಿದಾಡುತ್ತಾ ತುಟಿಗೆ ತುಟಿ ಒತ್ತಿ
ಭುಸುಗುಡುತ್ತಾ.....ಉಸ್ಸಪ್ಪ"

ಕಣ್ಣು ಬಿಟ್ಟು ನೋಡಿದರೆ
ಪಕ್ಕದಲಿ ನನ್ನ ಹೆಂಡತಿ ಮಲಗಿದ್ದಾಳೆ
ಸದ್ಯ
ಪಕ್ಕದಲಿ ಮಲಗಿದರೂ ನನ್ನ ಕನಸು
ಅವಳಿಗೆ ತಿಳಿದಿಲ್ಲ
ಎಲ್ಲರಿಗೂ ಗೊತ್ತಾದರೂ ಆಗಲಿ ಶಿವನೆ

ಶ್ರೀದೇವಿ ಮಹಾತ್ಮೆ
ಅವಳಿಗೆ ಮಾತ್ರ ಗೊತ್ತಾಗದಿರಲಿ
ಜೈ ಕಾಳಿ ಮಾತಾ....ಅಲಕ್ ನಿರಂಜನ್

ಮರದ ಟೊಂಗೆಯಲಿ ನೇಣಿಗೆ ಬಿದ್ದ ಚಂದ್ರ

ಹದ್ದಿನ ನೆರಳಿನಲಿ ಉಸಿರು ಬಿಗಿ ಹಿಡಿದು ನರಳುವ
ಊರ ಬಯಲಿನಲಿ
ನಿಜದ ನೆರಳು ಮರೆತು ಒಣಗಿ ನಿಂತ ಒಂಟಿ ಮರ
ಕ್ಷಿತಿಜದೆಡೆಗೆ ಚಾಚಿದ ಸೋತ
ಕೈಗಳ ಕೆಳಗೆ
ಅಳುವ ಕಂದನ ತುಟಿಗೆ ಬಡಮೊಲೆಯೂಡುವ ಅವ್ವ

ಕೊನೆಯ ತುತ್ತು ದಿಕ್ಕರಿಸಿ ಅಂಗಳಕೆ ನೆಗೆದ
ಕಂದನ ಕರೆವಲ್ಲಿ
ಮುಗಿದು ಹೋದ ಇಂದ್ರ ಚಂದ್ರನ ಕತೆಗಳು
ಮೋಡ ಮರೆಯಲಡಗಿದ ಚುಕ್ಕಿ ಚಂದ್ರನ
ಬಿಳಿಚಿದ ಮುಖಗಳು
ಯುಗ ಯುಗಗಳಿಂದಲೂ ಕೆಂಡದ ಹಾದಿ
ತುಳಿದೇ ಸಾಗುತಿವೆ
ಪಾಪದ ಈ ಹೂ-ಪಾದಗಳು

ಉರಿಯ ಕರಗವ ಹೊತ್ತು ಅನುದಿನ ಕುಣಿದು ಬರುವ
ಬಯಲ ನೆತ್ತಿಯ ಮೇಲೆ ಇರಿವ ಕುಡುಗೋಲು
ಕತ್ತಿ ಝಳಪಿಸುವ ಉಗ್ರ ಸೂರ್ಯ

ನೆರಳು ಮಕ್ಕಳ
ಕಾಯುವ ತಾಯ ಕರುಳು

ಊರಾಚೆಯ ಬೇಲಿಯ ಬದಿ ಹಸಿದು ಮಣ್ಣು
ಮುಕ್ಕುವ ಮಕ್ಕಳ
ಮೇಲೂ ಪಹರೆ ಕಾದಿವೆ ಹದ್ದಿನ ಕಣ್ಣು

ಕಲ್ಲು ಎತ್ತಿದ ಕೈಗಳೆಲ್ಲಾ ಕಲ್ಲಾಗಿ
ಮಣ್ಣು ಎತ್ತಿದ ಮೈಗಳೆಲ್ಲಾ ಮಣ್ಣಾಗಿ
ಹಣ್ಣಾದ ಮೈಯ ಜಳ ಜಳ ಬೆವರು ಪರಿಮಳದವರ
ಹಸ್ತರೇಖೆ ಮೂಡದ ಕೈಗಳ ಹಣೆಬರಹವನೂ
ಅಳಿಸಿಬಿಟ್ಟೆಯಾ ದೊರೆಯೆ?

ಒಡೆದ ಹಿಮ್ಮಡಿ ನೆಲದ ಬಿರುಕು ಒಂದಾಗುವ ಗೆರೆ
ಗಳಿಗೆಯಲಿ ಗುಳೆ ಹೊರಟ ಊರ ಮಂದಿಯ
ಕಣ್ಣುಗಳಲೇ ಹಾಯುವ ಒಣ ಮೋಡಗಳ ದಂಡಿ
ಹಿಂಡು

ಹದ್ದಿನ ನೆರಳಿನಡಿ
ನಿಂತ ಒಂಟಿ ಮರದ ಎದೆಗೂಡಿನಲಿ
ನೇತಾಡುವ ಖಾಲೀ ಗೂಡುಗಳ ಮೇಲೆ
ವೃಥಾ ಸುತ್ತಿ ಮುತ್ತುವ ಹಾವು-ಹದ್ದುಗಳು
ಒಣ ಮರದ ಟೊಂಗೆಯಲಿ ಅನುದಿನವೂ
ಇರುಳು ನೇಣಿಗೆ ಬೀಳುವ ಚಂದ್ರ
ಸುತ್ತ ಬಿಕ್ಕುವ ಚುಕ್ಕಿಗಳು
ಬಯಲ ಮಸಣದಲಿ ಹಾಳು
ಸುರಿವ ಹಾಲು-ಬೆಳದಿಂಗಳಿಗೆ ತುಟಿಯೊಡ್ಡಿ
ಚಂಡಿ ಹಿಡಿವ ಹಸಿದ ಹಸುಗೂಸುಗಳು
ಸೂತ್ರ ಹರಿದು ತುಂಡಾದ
ನವಿಲುಗಣ್ಣಿನ ನಕ್ಷತ್ರ ಗಾಳಿಪಟ
ಪಟ-ಪಟದ ಸದ್ದಿಗೇ ಬೆಚ್ಚುವ ಇರುಳುಗಳು
ಮರದ ತುದಿಯಲಿ ಅರ್ಧಕ್ಕೆ ಹಾರಿಸಿ
ಶೋಕ ಚಕ್ರದಲಿ ಮುಳುಗಿದ ಬಣ್ಣ ಮಾಸಿದ
ಬಾವುಟ

ಹದ್ದು
ಸರಹದ್ದು ಸೀಮೆ
ಗೆರೆ ಗೋಡೆ ದಾಟಿ ನೆಲಕೆ ಸುರಿಯದ
ಖಾಲೀಮೋಡಗಳ ಪಯಣ ಸೀದಾ
ದಾವಾನಲದ ಇವರ ಎದೆಯಗೂಡಿಗೆ
ಊರ ಏರಿಯಲಿ ಏದುಸಿರು ಬಿಡುತ
ಗುಳೆ ಹೊರಟ ಮಂದಿಯ ತುಂಬಿದ ಬಸ್ಸಿನ
ಸೀಟಿನ ಕೆಳಗೆ ಮಾತ್ರವೇ
ಊರಗಾಳಿ ತುಂಬಿಸಿಕೊಂಡು
ಉಸಿರಾಡುತಿರುವ ಖಾಲೀ ಕೊಡ
ಪುಟ್ಟನ ಪಾಟೀಚೀಲದ ಇಕ್ಕಟ್ಟಿನಲಿ ಕಾಲು ಮಡಚಿ
ಕುಳಿತ ಪಟದ ದೇವರು
ಊರು ದಾಟುವ ತನಕ ಅವ್ವನ ಸ್ವಂತದ ಬಿಕ್ಕುಗಳು
ಕಣ್ಣಮುಚ್ಚಿ ಕುಳಿತುಕೊಬೇಕು ಕಿಟಿಕಿಯ ಪಕ್ಕ

ಊರು ಮಕ್ಕಳು ಉಂಡು ಮಲಗಿದ ಜಾಗದರಲಿ
ಬರುವ
ಈ ಕೊನೆಯ ಖಾಲೀ ಮಾಯಾವಿ ವಸತಿ ಬಸ್ಸು
ಬೆಳಗಿನ ಬೆಳ್ಳಿ ಚುಕ್ಕಿ ಮೂಡುವುದರೊಳಗೆ
ಮಾಯವಾಗುತ್ತದೆ ಈ ಬಡಮೊಲೆಯ ಅವ್ವಂದಿರ
ಬಸ್ಸಿನ ಕೈ ಹಿಡಿಕೆಯಲೇ ತೂಕಡಿಸುವ ಅಪ್ಪಂದಿರ
ತುಂಬಿ ಹೊತ್ತು

ನೇಣಿಗೆ ಬಿದ್ದ ಚಂದ್ರನ ಮರದ
ಕೆಳಗೆ ಆಡುವ ಮಕ್ಕಳ
ಊರ ಕಾಯುವ ದೇವರ ಮುಂದಿನ
ಈಗಷ್ಟೇ ಉರಿದು ಆರಿದ
ಹಣತೆಯಂತಹ ಕಣ್ಣುಗಳ ಅದರದರ ಪಾಡಿಗೆ ಬಿಟ್ಟು
ಇಲ್ಲೇ

ಕೊನೆಯ ತುತ್ತು ತಿನ್ನಲು ಹಠ ಮಾಡಿ ಮಲಗಿದ
ಕಂದ ಏಳುತ್ತಲೇ ಕೇಳುತ್ತಾನೆ
ತನ್ನ ಆಯಿಗೆ ಎಲ್ಲಿ ಅವ್ವ ಎಲ್ಲಿ ನಮ್ಮವ್ವ?

ಇವಳು ಮರಳುವ ದಾರಿಗೆ ಹೂ ಹಸಿರು ಸುರಿದು
ಬೆಚ್ಚನೆಯ ಇವಳ ಒಡಲ ಒಲುಮೆಗೆ ಆರದಿರಲಿ
ಕೊನೆಯ ಕೈ ತುತ್ತಿನ ಅನ್ನ ಪ್ರಭುವೇ!

ಗಾಯಗೊಂಡ ಹಗಲು

ಮಾನ್ಸೂನಿನ ಮಳೆ
ಜೀವಗೆಳತಿಯ ಮುಖದ ಮೇಲೆ ನವಿಲುಗರಿ
ನೇವರಿಸಿದಂತೆ
ಮೈ ಮನದ ಮೇಲೆಲ್ಲಾ ಸುರಿಯುತಿದೆ ಸುಮ್ಮನೆ
ಅವಳ ಗೆಜ್ಜೆದನಿಯ ಸಣ್ಣ ಸೊಲ್ಲಿನಂತೆ

ಮೇಘ ಮಲ್ಹಾರದ ಮಂದ್ರ ಸ್ವರವೊಂದು
ಗಾಯಕನ ಕೊರಳಿಂದ ಹೇಗೋ ತಪ್ಪಿಸಿಕೊಂಡು
ಹೀಗೆ ಹಾಡುತಿದೆ ಶಹರದ ಬೀದಿಗಳ ಮೇಲೆ
ಗೆಜ್ಜೆ ಕಟ್ಟಿದ ಕಾಲೊಂದು ಕುಣಿಯುತ ಬಂದು ಸೀದಾ
ನನ್ನೆದೆಯ ಮೇಲೆ
ಹೂ ಹಕ್ಕಿಯ ಹಗುರಿನಲ್ಲಿಟ್ಟಂತೆ

ಮೋಡಗಳ ಮೇಲೆ ಮಳೆಯ ಶಾಸನ ಬರೆದವರು
ಯಾರೊ?

ಈ ಬೀದಿಗಿಳಿದ ಮಳೆ
ಆ ಬೀದಿಗಿಲ್ಲ
ಇದು ಯಾವ ಸೀಮೆಯ ನ್ಯಾಯ?

ಎದೆಯ ಬಿಕ್ಕುಗಳ ಪೋಣಿಸಿ ಅವಳು
ಅಂಗಳದಲಿ ಬಿಡಿಸಿದ ರಂಗೋಲಿ

ಮೀನಿನ ಕಣ್ಣೊಳಗೆ ಸಣ್ಣ ಹೊಳೆ
ಚಿಟ್ಟೆಯ ರೆಕ್ಕೆಗಳಲಿ
ತೇವಗೊಂಡ ಹೂ ಪಕಳೆ
ಗಾಯಗೊಂಡ ಹಗಲುಗಳ
ಸಂತೈಸಲೆಂದೇ ಇಳಿದ ದೈವದಂತಹ ಈ ಮಳೆ

ಅಪರಿಚಿತ ಶಹರಿನ
ಈ ಅಪರಿಚಿತ ಬೀದಿಯಲಿ
ನನ್ನ ಹೆಜ್ಜೆ ಗುರುತುಗಳು ಮೂಡುತ್ತಿಲ್ಲ
ಯಾಕೆ ಈ ದಿನ ಹೊತ್ತಿಗೆ ಮೊದಲೆ ಕತ್ತಲೆ?
ಭಾರದ ಮೋಡಗಳು ಸುರಿದು ಹಗುರಾಗುತ್ತವೆ
ಒಂದು ದಿನ
ನಡೆಯುತಿರುವೆ ಈ ಜಡಿಮಳೆಯಲಿ
ಮೈ ಮನಗಳ ತೋಯಿಸುತ
ಕಣ್ಣೀರು ಕಾಣದಿರಲೆಂದು ಈ ಲೋಕದೆದುರು
ಎದೆಯ ಬಾವಿಗೆ ಪಾತಾಳಗರಡಿ ಇಳಿಬಿಟ್ಟು
ಕುಳಿತಿದ್ದೇನೆ
ಮೇಘ ಮಲ್ಹಾರದ ಮಂದ್ರ ರಾಗವೊಂದವ ಹಿಡಿದು
ನಿನ್ನೆದುರು ಹಾಡಾಗಲು
ಕೊರಳೊಡ್ಡಿದ್ದೇನೆ ಖಾಲೀ ಬಯಲಿಗೆ
ಖೂನು ಗುರುತೂ ಇಲ್ಲದ ಈ ಶಹರಿಗೆ
ನಿನ್ನ ನಾಮದ ಗುರುತ್ವಾಕರ್ಷಣೆಯೊಂದೆ
ನನ್ನ ಪಾಲಿಗೆ

ಅಂಗಳದ ಎಲ್ಲ ರಂಗೋಲಿಗಳು
ನೆನೆದು ಬಣ್ಣಗಳು ಬೀದಿಪಾಲಾಗಿವೆ
ಶಾಲೆ ಬಿಟ್ಟ ಮಕ್ಕಳು ಕಾಗದದ ದೋಣಿ ತೇಲಿಸಿ
ಚಪ್ಪಾಳೆ ತಟ್ಟಿ ಕೇಕೆ ಹಾಕಿವೆ

ಎದೆಯ ಬಿಕ್ಕುಗಳ ಪೋಣಿಸಿ
ಬಿಡಿಸಿದ ರಂಗೋಲಿ ಕಾಣಿಸುತಿಲ್ಲ ಎಲ್ಲಿಯೂ
ಯಾರ ಬಳಿ ಕೇಳಲಿ
ನಿನ್ನ ಮನೆಯ ವಿಳಾಸ?
ಆರಿದ ಒಲೆಯ ಬೆಚ್ಚನೆಯ ಬೂದಿಯಲಿ
ಮಲಗಿದ ಬೆಕ್ಕು
ಈ ಬೀದಿಯ ಯಾವ ಗೂಡಿನಲ್ಲಿದೆ?

ಕುರುಡನ ಕೊಳಲ ಮೈತುಂಬ ಕಣ್ಣು

ಬಂಧೀಖಾನೆಯಲಿ
ಕುರುಡನ ಬಂಧಿಸಿದ್ದಾರೆ ಅವನ ಕೊಳಲಿನ ಸಮೇತ

ಕಣ್ಣಿಲ್ಲದವನಿಗೆ ಜೈಲೇನು
ಬಯಲೇನು ಗೋಡೆಗಳೇನು ಸರಳುಗಳೇನು?

ಆದರೂ ಇಷ್ಟೊಂದು ನಿರ್ದಯವಾಗಿ
ಪೋಲಿಸರು ಹೊತ್ತು ತರಬಾರದಿತ್ತವನ
ರಸ್ತೆಯ ಡೆಡ್ ಎಂಡಿನಲಿ
ಅಂಡರ್ ಪಾಸುಗಳ ಕತ್ತಲೆಯ ನಿರ್ವಾತಿನಲಿ
ತನ್ನ ಪಾಡಿಗೆ ತಾನು ಹಾಡುತ್ತ ಕುಳಿತವನ

ಎಲ್ಲ ಕೇಳಲಿ
ಎಂದೂ ಇವನೂ ನುಡಿಸುತ್ತಾನೆ
ಹಾದೀ ಬದಿಯ ಸಹಜ ಹೆಜ್ಜೆಗಳ ನಡಿಗೆಗೊಂದು
ದಿವ್ಯತೆ ಕರುಣಿಸುತ್ತಾನೆ
ತನ್ನ ಒಳಗಣ್ಣಿನಿಂದಲೇ
ಯಾರೂ ತಿಳಿಯದ ಕತ್ತಲಿನ ದುರ್ಗಮದಾರಿಗಳಿಗೆ
ದೊಂದಿಯಾಗುತ್ತಾನೆ

ಕಣ್ಣಿಲ್ಲದವನು
ಇಡೀ ಬಜಾರಿನ ಲಯ ಅಳೆಯುತ್ತಾನೆ
ವೀಕೆಂಡುಗಳ ನಿರಾಳ ಹೆಜ್ಜೆ
ಸೋಮವಾರ ಮಂಗಳವಾರಗಳ
ಅತೀ ಅವಸರದ ಉದ್ವಿಗ್ನತೆಯ ಹೆಜ್ಜೆ
ಷೋಡಷಿಯರ ಹೈಹೀಲ್ಡ್ ಚಪ್ಪಲಿಗಳ
ಖುರಪುಟದ ಹೆಜ್ಜೆ

ಬೂಟಿನ ಸದ್ದು
ಇವನ ಕೊಳಲ ಸೊಲ್ಲು ಅಡಗಿಸಿದೆ
ಬೀದಿಯಲಿ ಬಾಂಬ್ ಸ್ಫೋಟದ
ಮಾರನೇಯ ದಿನ

ಶಹರಿನ ಲಯ ಹಿಡಿಯುವ ಇವನಿಗೆ
ಬಾಂಬು ಇಟ್ಟವರ ಹೆಜ್ಜೆ ಜಾಡು
ಗೊತ್ತೇಯಿರುತ್ತದೆ
ಹಾಗಂತ ಪೋಲಿಸರ ಗುಮಾನಿ

ಎರಡು ಏಟು ಬಿಟ್ಟರೆ
ಬಾಯಿ ಬಿಡಬಹುದು ಹೀಗಾಗಿ
ಕಣ್ಣಿಲ್ಲದವನ ಎಳೆದು ತಂದಿದ್ದಾರೆ
ಇವನ ಶಾಲು ಟ್ರಂಕು
ಮತ್ತು ಕೊಳಲಿನ ಸಮೇತ

ಕಳೆದು ಹೋದ ಕವಿತೆ

ಕಳೆದು ಹೋಗುತ್ತಿರಬೇಕು ಒಮ್ಮೊಮ್ಮೆ ಹೀಗೆ
ಮೊಬೈಲು, ನೆಟವರ್ಕು, ಮೈ ಮನಸು, ಹೃದಯ
ವಿಳಾಸ ತಪ್ಪಿದ ಪತ್ರದಂತೆ ಸುತ್ತುತ್ತಾ ಮತ್ತೆ ಮತ್ತೆ
ಅದೇ ವರ್ತುಲದ ಪರಿಘದಲ್ಲಿ
ದಿಕ್ಕು ತಪ್ಪಿದ ಉಲ್ಕೆಯಂತೆ

ಮತ್ತೆ ನೀವೇ ಹೇಳಿ ಕವಿಗಳೆ
ನಿಮ್ಮ ಕೈ ತಪ್ಪಿ ಅವಳು
ಕಳೆದು ಹೋಗದೆ ಇರುತ್ತಿದ್ದರೆ
ಬರೆಯಬಹುದಿತ್ತೆ ಈ ಇಂತಹ ಸುಡು ಸಾಲಿನ
ಕವಿತೆಗಳ?

ರೈಲು ಹೋದ ನಂತರ ನೀರವ ನಿಲ್ದಾಣದ
ಆ ಹಳಿಗಳ ಹಳಹಳಕಿ ಏನಿದ್ದೀತು
ವಿರಹ ಧಗೆಯ ಹರಿದ ನದಿ ಕಡಲ ಕೂಡಿ
ಮಳೆಯಾಗಿ ಸುರಿಯುವದಿಲ್ಲವೇ ಮತ್ತೆ ಕಾಡು ನಾಡು
ಬಯಲಿನ ಮೇಲೆ

ಬಿಳಿಯ ಹಾಳೆಯ ಮೇಲೆ ಒಂಟಿ ಸಾಲಿನ ಸ್ವಗತ

ನಟ್ಟ ನಡುರಾತ್ರಿ
ಬರೆಯುವಂತಿಲ್ಲ ಬರೆಯದೆ ಇರುವಂತೆಯೂ ಇಲ್ಲ
ಆಗಸದ ಮೇಲಿನ ಕತ್ತಲೆಯ ಹೂಗಳು
ಇಳಿದು ನಿಮ್ಮ ಖಾಸಾ ಕೋಣೆಗೆ
ಹೊಸ ಪದವ ಹೊಸೆದು
ಪ್ರತಿ ಪುಟದ ತುಂಬ ನಕ್ಷತ್ರಪುಂಜದ ಸಾಲು ಸಾಲು

ಆಹಾ! ಇದು ಹೊಸ ಕವಿತೆ

ಅವಳು ನಿಮ್ಮ ಕೈ ಬಿಟ್ಟು ನಡೆದ ಆ ದಿನ
ನಿಮ್ಮ ಮುಖ ನೋಡಬೇಕಿತ್ತು
ಮದುವೆ ಮುಗಿದ ಮಾರನೇ ದಿನ ಒಣಗಿದ
ತೋರಣವಾಗಿತ್ತು
ಮೆರವಣಿಗೆಯ ದಾರಿಯಲಿ ಬಿದ್ದ
ಹೂವ ಮೇಲಿನ ನಿರ್ದಯಿ ಹೆಜ್ಜೆಗಳವು

ನೀವು ಆ ರಾತ್ರಿ
ಬೆಂಕಿಹುಳುವಿನಂತೆ ಮೈ ಸುಟ್ಟುಕೊಂಡು
ಆ ಬೆಳಕಿನಲ್ಲೇ ನಡೆಯುತ್ತ ಎಡವುತ್ತ
ಎತ್ತ ಹೋದಿರಿ?

ಕಳೆದು ಹೋಗಬೇಕೆಂದಿರಿ
ಕಾಡಿನ ಕಾವಳದಲ್ಲಿ ಸುತ್ತಿ ಸುತ್ತಿ ಮತ್ತೆ ಅದೇ
ವಿಳಾಸ ತಪ್ಪಿದ ಆ ಮಾಸಿದ ಅಕ್ಷರಗಳ ಪತ್ರದಂತೆ

ಮತ್ತೆ ಈ ದಿನ ಈ ನಿಮ್ಮ ಕವಿತೆ....

ಕಣ್ಣಲ್ಲಿ ಕೊಳ ಮುಡಿದ ಚೆಲುವೆ

ನಿನ್ನೆ ಇದೇ ಸಮಯಕೆ
ಕಣ್ಣಲ್ಲಿ ಕೊಳ ಮುಡಿದ ಚೆಲುವಿಯೊಬ್ಬಳು
ಹಾಯ್ದು ಹೋದಳು
ಈ ನನ್ನ ಅಂಗಳವ

ಎಷ್ಟೋ ಹೊತ್ತಿನ ತನಕ
ಗಂಧೋನ್ಮಾನದ ಘಮಲು ಬೀದಿ ತುಂಬ

ಅಮ್ಮನ ಕಣ್ಣು ತಪ್ಪಿಸಿ
ಅಂಗಳಕೆ ಆಡುತ ಬಂದ ಪುಟ್ಟನ
ಕೈಗಳಲಿ ನರಳಿದಂತಿದೆ ಹೂ ಪಕಳೆಗಳ
ಹಗಲು

ಮೂಡಣದ ಸುಳಿ ಗಾಳಿ
ನೀನು ಸುಳಿದಾಡುವ
ಉಪವನದ ವಿಳಾಸ ಹೊತ್ತು ತಂದಿವೆ

ಮರಕೆ ಮರಳಿದ ವಲಸೆ
ಹಕ್ಕಿಗಳು
ದೂರ ದೇಶದ ದೊರೆಸಾನಿಯ ಚೆಲುವ
ಕತೆ ಹೇಳುತಿವೆ ರೆಂಬೆ ಕೊಂಬೆಗೆ

ಕೊನೆಯ ಸಾಲು
ಹೀಗೆ ಇರಲಿ ಅಪೂರ್ಣವಾಗಿ
ಮರ ಕಾಯುವುದಿಲ್ಲವೆ?
ಗೂಡು ತೊರೆದ ಹಕ್ಕಿಗಳ ದಾರಿಯ

ಸಾಲಾ ಏಕ್ ಮಚ್ಛರ್.....!

ಸೀದಾ ಅವಳ ಮನೆಯಿಂದ ತೂರಿ
ಬಂದಂತಿದೆ ಈ ಕಿಲಾಡಿ ಸೊಳ್ಳೆ!
ಎಷ್ಟು ಕೊಬ್ಬಿದೆ ನೋಡಿ ಅವಳ ರಕ್ತ ಹೀರಿ

ಸುರೆ ಕುಡಿದವರಂತೆ ಓಲಾಡುತಿದೆ
ಕಚ್ಚುವುದಿಲ್ಲ, ಕಡಿಯುವುದಿಲ್ಲ ಸೀದಾ ಕಿವಿಯ ಬಳಿ
ದೂರ ದೇಶದ ರಾಣಿಯ ಅಂತಃಪುರದ ಗುಪ್ತ
ಸಂದೇಶ ತಂದ ಗೂಢಚಾರನಂತೆ
ಬಂದು ಯಾವುದೋ ಪಾಪ್ ಗಾನ ಹಾಡಿನಂತಹದು
ಗುಣುಗಿ ಅಣಕಿಸುವರರಂತೆ
ನನ್ನ ಪುಕ್ಕಲುತನದ ಒನ್ ವೇ ಪ್ರೀತಿಯ

ಕೌನ್ ಬನೇಗಾ ಕರೋಡ್‌ಪತಿಯಲಿ
ಕೊನೆಯ ಪ್ರಶ್ನೆ ಗೆದ್ದವರಂತೆ ಕೋಟಿ ರೂಪಾಯಿಯ
ಉನ್ಮತ್ತ ಮೊತ್ತದಂತಹ ಮದವೇರಿ

ವೀಕೆಂಡಿನಲ್ಲಿ ಸುಮ್ಮ ಸುಮ್ಮನೆ
ಏನೂ ಕೊಳ್ಳದೆ ಜನನಿಬಿಡ ಮಾಲ್‌ನಲ್ಲಿ
ಅತ್ತರು ಪೂಸಿಕೊಂಡು ಅತ್ತಿಂದಿತ್ತ
ಬಿಂಕಿನಲಿ ಓಡಾಡುವ ಥೇಟ್ ಅವಳಂತೆ
ಅಥವಾ
ಮದುವೆಯ ಮನೆಯಲಿ
ಮದುಮಗಳ ಸುತ್ತ ಸುಮ್ಮನೆ ಸುಳಿದಾಡುವ
ಕೆಂಪುಗಲ್ಲದ ಅವಳ ಸಖಿಯರಂತೆ
ಸುತ್ತಿ ಸುತ್ತಿ ಸುಳಿದಾಡಿ ಮತ್ತೆ ನನ್ನ ಕಿವಿಯ ಬಳಿ

ಸುಂಯ್ ಗುಟ್ಟಿ
ಅದು ಹೇಗೆ ತಿಳಿಯಿತು!?
ಯಕಃಶ್ಚಿತ್ ಈ ಸೊಳ್ಳೆಗೆ
ಅವಳ ಮೇಲೆ ನನ್ನ ಕುಚ್ ಕುಚ್ ಪ್ಯಾರ್ ಹೋಗಯಾ
ಯಾರ ಅಂತ
ಅವಳು ನೋಡುವ ಹಿಂದಿ ಸಿನೆಮಾ ಪ್ರಭಾವ ಇದು
ಪಕ್ಕಾ
ಎಷ್ಟಾದರೂ ಅವಳದೇ ರಕ್ತವಲ್ಲವೆ!?

ಪ್ರತಿ ಇರುಳು ಬರುತ್ತದೆ ಈ ಸೊಳ್ಳೆ

ಅವಳು ತನ್ನ ಮೊಲ ಬಿಳುಪಿನ ಕುರ್ಲಾನ್ ಬೆಡ್ಡಿನ
ಮೇಲೆ
ಚಂದ್ರ ಬೆಳಕಿನ ಲಾಂದ್ರದ ಪಕ್ಕ
ಕನಸಿನ ರಾಜನ ಕನವರಿಸುತ್ತ
ರಾತ್ರಿಯ ಎರಡನೇ ಜಾವದ ಎರಡನೇ ಕನಸಿಗೆ
ಅಣಿಯಾಗುವ ಹೊತ್ತಿಗೆ ಅರೆ ಜೊಂಪಿನಲಿ
ಮಗ್ಗುಲು ಬದಲಿಸುವಾಗಿನ ಅವಳ ಅಸ್ತವ್ಯಸ್ತ
ಉಡುಪಿನ ಮರೆಯ
ಬೆತ್ತಲೆ ಮೀನು ಖಂಡದ ಮೇಲೆ
ಮೆಲ್ಲನೆ ಕಚ್ಚಿ
ತನ್ನ ಸೂಜಿ ಮೀಸೆಯ ಮೇಲೆ ಅವಳ
ನೆತ್ತರ ಘಮಲಿನೊಂದಿಗೆ

ಮಲೇರಿಯಾ ಸೋಂಕಿನ ಈಡಿಸ್ ಇರಲಾರದು
ಪ್ರೀತಿ ಸಾಂಕ್ರಾಮಿಕವಂತೆ
ಇದು ಖಂಡಿತಾ ಲವ್ವೇರಿಯಾ!

ದಯವಿಟ್ಟು "ಗುಡ್ ನೈಟ್" ಅಂಟಿಸದಿರಿ
ನಿಮ್ಮ ದಮ್ಮಯ್ಯ

ಸಂಪೂರ್ಣ ರಾಮಾಯಣ

ಬಾಲ್ಯದಲಿ
ಪಪ್ಪಾಯ, ನೇರಳೆ, ಖರಬೂಜ, ಕಲ್ಲಂಗಡಿ, ಸೀಬೆ
ಬೋರೆ ಹಣ್ಣುಗಳ
ಆಕಸ್ಮಾತ್ ಬೀಜ ನುಂಗಿದಾಗ
ಉದರದಲಿ ಮರ ಬೆಳೆಯುವುದೆಂಬ
ಭೀತಿ ಕಾಡುತಿತ್ತು

ಈಗ
ಎಷ್ಟೆಲ್ಲಾ
ಹಣ್ಣುಗಳ ಬೀಜ ಸಮೇತ ನುಂಗಿದರೂ
ಈ ಮೂಳೆ ಮಾಂಸದ ತಡಿಕೆಯಲಿ
ಒಂದೂ ಮರ ಬೆಳೆಯುತಿಲ್ಲ

ಸಂಪೂರ್ಣ ರಾಮಾಯಣದ ರಾಮನ ಪಾತ್ರಧಾರಿ
ಇನ್ನೇನು
ವನವಾಸದ ಸೀನು ಬರಬೇಕೆನ್ನುವಷ್ಟರಲಿ
ಇದ್ದಕ್ಕಿದ್ದಂತೆ ನಾಪತ್ತೆಯಾದ
ನಾಟಕ ನಿಲ್ಲುವಂತಿಲ್ಲ
ರಾಮನ ಸುಳಿವಿಲ್ಲ
ಈ ನಡುರಾತ್ರಿಯಲಿ ಇದ್ದಕ್ಕಿದ್ದಂತೆ ಇನ್ನೊಬ್ಬ
ರಾಮನನು
ಎಲ್ಲಿಂದ ತರುವುದು?

ಆ ರಾಮ ನಿಜವಾದ ಅವತಾರ ಪುರುಷನೆಂದು
ನಾಟಕ ನಿಲ್ಲಿಸಿದರು
ಸೀತೆ ಲಕ್ಷ್ಮಣರ ಕರೆದೊಯ್ದರೆ ಚೆನ್ನಿತ್ತು ಎಂದು ಜನ
ಆಡಿಕೊಂಡರು
ಎಷ್ಟಾದರೂ ಅವತಾರ ಪುರುಷನಲ್ಲವೇ?

ಯಾರಿಗೆ ಗೊತ್ತು
ನಾವಿದುವರೆಗೆ ಓದಿದ ರಾಮಾಯಣವೆ
ತಪ್ಪಿರಬಹುದು
ಅಥವಾ
ನಮ್ಮೂರಿನ ರಾಮನೇ ನಿಜ ರಾಮ
ಎಂಬ ನಂಬಿಕೆ ಎರಡು ದಿನ ಮಾತ್ರವಿತ್ತು

ಮಾರನೇ ದಿನ ಸ್ಟೇಜಿನ
ಹಿಂಭಾಗದ ಬಾವಿಯಲಿ
ರಾಮನ ವೇಷಧಾರಿ ಶವವಾಗಿ ತೇಲುತಿದ್ದ

ಭರತನಿಗೆ ರಾಜ್ಯವೊಪ್ಪಿಸಿ ನಿರಾಳನಾದ
ರಾಮ
ಗ್ರೀನ್ ರೂಮಿನಲಿ ಒಂದು ಬೀಡಿ ಅಂಟಿಸಿ ವನವಾಸ
ಹೋಗುವ ಮುನ್ನ ಜಲಬಾಧೆ ತೀರಿಸಲು
ಹಿಂದೆ ಬಯಲಿಗೆ ಹೋಗುವಾಗ ಕಾಲು ಜಾರಿ
ಬಾವಿಯಲಿ ಬಿದ್ದಿದ್ದ

ಛಪ್ಪನ್ನಾರು ವಿದ್ಯಾಪಾರಂಗತ ಕ್ಷತ್ರಿಯ ಅಯೋಧ್ಯೆಯ
ದೊರೆ ರಾಮನಿಗೆ ಈಜು ಬರುತ್ತಿರಲಿಲ್ಲವೇ ಎಂದು
ನೀವು ಕೇಳಬಹುದು
ಈಗಲೂ ರಾಮನೆಂದರೆ ಭಯ
ಮತ್ತು
ಶಬರಿ ಕಾಯ್ದಿಟ್ಟ ರಾಮನ ಪಾಲಿನ ಹಣ್ಣು ತಿಂದು
ಮರವಾಗುವ ಬಯಕೆ

ಬೇಡ ರಾಮ ರಾಮ ರಾಮ ಎಂದು
ಹಾಡಿದರೂ ಕೇಳುಗರಿಗೆ ಅದು ಮರಾ ಮರಾ
ಕಲಿಯುಗದಲಿ ನೇರವಾಗಿ ಯಾವುದೂ
ಕೇಳಿಸಲಾರದು

ಕೆನ್ನೆಯ ಮೇಲಿನ ಮೂರು ಬಣ್ಣಗಳು

ಕ್ರಿಕೆಟ್ ಸ್ಟೇಡಿಯಂನಲಿ
ಕೋಲಾ ಮಾರುವ ಕೋಲು
ಮುಖದ ಪೋರ
ಮೂರು ಬಣ್ಣಗಳ ಬಾವುಟದ ಚಿತ್ರ
ಬಿಡಿಸಿಕೊಂಡಿದ್ದಾನೆ ತನ್ನ ಹಾಲು ಕೆನ್ನೆಯ ಮೇಲೆ

ಯಾರ ಕಣ್ಣು ತಪ್ಪಿಸಿಕೊಳ್ಳಲೊ ಏನೊ?

ಎರಡು ವಿಕೆಟ್ ಪತನಗಳ ನಡುವಿನ
ಅಂತರದಲಿ
ಒಂದು ಸಣ್ಣ ತೂಕಡಿಕೆ
ಡ್ರೆಸ್ಸಿಂಗ್ ರೂಮಿನ ಎ ಸಿ ಚಳಿಗೆ
ತಡೆದಷ್ಟೂ ಬರುವ ಆಕಳಿಕೆ

ಆರಂಭವಾಯಿತು ಆದಿ ಕವಿತೆಯ
ಒಂದು ಸಾಲು
ಅಂತ್ಯ ಪದವೂ ಕುಳಿತಿದೆ ಚಾಚಿ ಕಾಲು
ತನ್ನ ಸರದಿಗಾಗಿ ಕಾಯುತಿರಲು
ಉಳಿದ ಸಾವಯವ ತುಂಬ
ಬೇಕು ಕವಿತೆಗೆ
ಊಟದ ಬಿಡುವಿನಲಿ

ಗಲ್ಲದ ಮೇಲಿನ ಬೆವರಿಗೆ
ಕರಗಿ ಒಂದಾಗುತ್ತವೆ
ಕೇಸರಿ ಬಿಳಿ ಹಸಿರು ಬಣ್ಣಗಳು
ನಡುವೆ ತಿರುಗುವ ಅ–ಶೋಕ ಚಕ್ರದ ಸಮೇತ

ಆಟ ಮುಗಿದ ಮೇಲೆ
ತೂಕಕ್ಕೆ ಹಾಕುತ್ತಾನೆ
ಬಣ್ಣದ ಬಾವುಟಗಳ ಗುಡಿಸಿ

ಗೆದ್ದ ದೇಶ ಯಾವುದೊ
ಸೋತ ದೇಶ ಯಾವುದೋ

ಹುಷ್!! ಯಾರಲ್ಲಿ ಕರೆಯಿರಿ
ಸೆಕ್ಯುರಿಟಿಯವನನ್ನು ಯುಗ ಯುಗದ ನಿದ್ದೆಗೆ
ಜಾರಿದ ಆ ಪುಟ್ಟ ದೇವರನ್ನು
ಯಾರಾದರೂ ಕೂಗಿ ಎಬ್ಬಿಸಿ ಬೇಗ

ನಾನೂ ಇರುವೆ

ಹೊರಗೆ ಮಳೆ ಸದ್ದಿದೆ ಎಲೆಗಳ ಮೇಲೆ
ಸಿನೇಮಾ ಹಾಡುಗಳಲ್ಲಿ ನಟಿ
ಗೆಜ್ಜೆಯ ಹೆಜ್ಜೆ ಇಡುತ್ತಾಳಲ್ಲ ಸೀದಾ
ನಟನ ಎದೆಯ ಮೇಲೆ

ನಿನ್ನ ಶಹರಿನ ಬೀದಿಗಳಲ್ಲ ಇಂತಹದೇ ಮಳೆ
ಸುದ್ದಿ ನಿನ್ನೆ
ಇಡೀ ಪೇಪರಿನ ತುಂಬ
ಯಾರೋ ಚೆಲುವಿಯೊಬ್ಬಳು ಆಗಸಕೆ ಮುಖವೊಡ್ಡಿ
ಏನು ಪ್ರಾರ್ಥಿಸುತ್ತಿದ್ದಳೋ
ಅವಳ ಕಣ್ಣುಗಳಲ್ಲಿ ಕಾಮನಬಿಲ್ಲು ಮೂಡಿದ ಚಿತ್ರ

ತಾಯಿ ಸೆರಗಿನಂತೆ ಹಾಯುವ ಹಾಯ್ ಎನ್ನುವ
ಮರದ ಗಾಯಗಳ ಮೇಲಿನ ತಂಗಾಳಿ
ಹತಗೊಂಡ ಕಳ್ಳಿ ಬೇಲಿಯೂ ಹಾಲು ಸುರಿಸಿ
ಸಮಯ ನಿಂತ ಗೋಡೆಗಡಿಯಾರದೊ
–ಳಗೊಂದು
ದಾರಿ ತಪ್ಪಿದ ಇರುವೆಯಂತೆ ನಾನೂ ಇರುವೆ
ಒಂದೊಂದು ಮುಳ್ಳುಗಳು ಕಾಲಿಗೆ ನಾಟಿ
ಒಂದೊಂದು ಯುಗ ಸರಿದಂತೆ ಕಾಲ ಚಕ್ರಗಳ ದಾಟಿ
ಲೋಹ ಭಾರದ ಎದೆಯ ಹೊತ್ತು
ನಿನ್ನ ಶಹರದ ಬೀದಿಗಳಲ್ಲಿ
ಇರುವೆ ನಾನು ವೃಥಾ ಸುತ್ತುತ್ತ ಸರ್ಕಲ್ಲುಗಳ

ಬದುಕು ಎರಡಂಕದ ನಾಟಕವಲ್ಲ
ಒಂದು ಮಧ್ಯಂತರದ ಸಿನೇಮಾ ಅಲ್ಲ
ನಿತ್ಯ ಸುತ್ತಬೇಕು ಇಲ್ಲಿ
ಹೊರದಾರಿಯ ಹುಡುಕುತ್ತ ಸೆಲ್ಲಾರಿದ
ಗಡಿಯಾರದೊಳಗಿನ ಇರುವೆಯಂತೆ
ಸುತ್ತುತ್ತೇನೆ ನಾನೂ ಕಾಲು ಸೋಲುವ ತನಕ
ನಿನ್ನ ಹೆಜ್ಜೆಗಳ ಹುಡುಕುತ್ತ ನಿನ್ನ ಶಹರಿನ ಬೀದಗಳಲ್ಲಿ
ಇರುವೆ